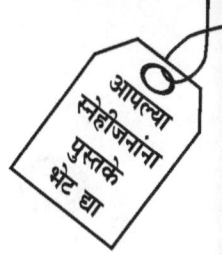

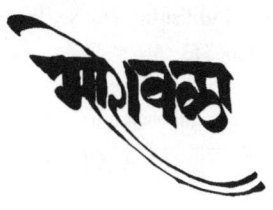

मोरावळा

शिवाजी सावंत

AA000883

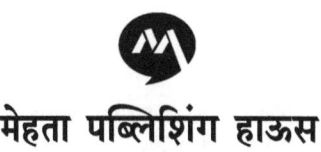

मेहता पब्लिशिंग हाऊस

Please contact us at **Mehta Publishing House,** Pune.

✆ +91 020-24476924 / 24460313

Email : production@mehtapublishinghouse.com

Website : www.mehtapublishinghouse.com

- *या पुस्तकातील लेखकाची मते, घटना, वर्णने ही त्या लेखकाची असून त्याच्याशी प्रकाशक सहमत असतीलच असे नाही.*

MORAVALA by SHIVAJI SAWANT

मोरावळा : शिवाजी सावंत / व्यक्तिचित्रण

Email : author@mehtapublishinghouse.com

प्रकाशक : सुनील अनिल मेहता, मेहता पब्लिशिंग हाऊस,
१९४१, सदाशिव पेठ, माडीवाले कॉलनी, पुणे - ४११०३०.

मुखपृष्ठ : चंद्रमोहन कुलकर्णी

प्रकाशनकाल : सप्टेंबर, १९९८ / ऑगस्ट, २००० /
पुनर्मुद्रण : जून, २०१६

P Book ISBN 9788177660715
E Book ISBN 9789386175366
E Books available on : play.google.com/store/books
www.amazon.in

तसे 'साडू' असूनही-

आपल्या विधायक कृष्णलीलांनी-

'सुमित्र' झालेले-

श्री. कृष्णाजी उर्फ अजितराव वैद्य

(तसेच त्यांचे सुमित्र झालेले-

सुधाकर, पद्माकर, नंदा व किरण)

यांना

व

तशी 'मेहुणी' असूनही

(जिच्या लता, संध्या, छाया व माया

या

लहान भगिनींसह-)

जिला मी 'भगिनी' मानलं

त्या

सौ. शीला ऊर्फ अनुराधा वैद्य

या प्रेमशील दांपत्यास-

आत्मभावानं!

हा ‘मोरावळा’ चाखण्यापूर्वी--

आवळा हा आयुर्वेदानं फार गुणकारी म्हणून हजारो वर्षांपूर्वीच नावाजला आहे. साखरेच्या पाकात चांगल्या मुरविलेल्या आवळ्याला ‘मोरावळा’ म्हणतात. हा गुणकारी तर असतोच पण लज्जतदारही असतो. साध्या, कोरड्या आवळ्यासारखा तो तुरट नसतो.

प्रत्येकाच्या जीवनप्रवासात अशा मोरावळ्याच्या वाणाच्या काही ना काही असामी येऊन गेलेल्या असतातच. नकळतच त्यांनी आपलं जीवन ‘रसवंत’ व लज्जतदार केलेलं असतं.

याच वाणाच्या मला भेटलेल्या या विविध क्षेत्रांतल्या व्यक्तिरेखा. त्यात (स्व.) यशवंतराव चव्हाणांसारखी पिंडानं राजकारणी व समाजकारणी व्यक्ती आहे. मात्र त्यांचा तसा वेध इथं नाही. त्यापलीकडं त्यांच्या ठायी असलेल्या, राजकारणाच्या कातळामागे दडलेल्या निखळ मानवतेच्या निवळशंख निर्झरासारख्या मनाच्या भावाची अलवार उचललेली ओंजळ भेटेल. एरवी दुर्मीळ असल्यानं वाचकांना ती दीर्घस्मरणीय वाटेल. तसाच वेध दिसेल अण्णांच्या— गदिमांच्या मनाचा. अण्णा म्हणजे सहस्त्रदली, कमळदली व्यक्तिमत्त्व होतं. त्यांच्या ठायी दुडक्या चालीनं धावणारं एक निरागस शिशुमन होतं. आंब्याच्या बनात नाचणाऱ्या मोरासारखं! त्यांच्या प्रज्ञेला असंख्य प्रातिभ डोळे होते. मोरपिसाऱ्यासारखेच. गदिमा हे मराठमोळ्या सरस्वतीचं मयूरवाणाचं विख्यात वाहन होतं!

तसा ‘प्रकाशन’ हा ‘व्यवसाय’ म्हणून तारेवरची कसरतच असते. ‘कॉंटिनेंटल’ प्रकाशनाचे अनंतराव कुलकर्णी यांनी ती कसरत व्यवसायी-व्रत म्हणून निष्ठेनं सांभाळली. थोडी थोडकी वर्षं नव्हे- बख्खळ पन्नास वर्षं- एकटाकी पुरतं अर्धं शतक! त्यांच्या प्रकाशन- परिवाराचा एक सदस्य म्हणून त्यांच्याशी माझे अत्यंत घरगुती जिव्हाळ्याचे संबंध आले. त्यांच्या ठायी मला सतत एक वडीलधारा बंधू

अनुभवायला मिळाला. म्हणूनच त्यांच्या व्यक्तिरेखेचं शीर्षक 'भय्यासाहेब' असंच अन्वर्थक आहे.

आर्के, मैतर आणि ना. सं. इनामदार या जीवनातील निखळ स्नेहभावाचा प्रत्यय देणाऱ्या व्यक्ती. यांतील दोन शिक्षण क्षेत्रातील- आर्के व मैतर ऊर्फ अशोकराव गगराणी. त्यांच्या चित्रणात साठोत्तरी दशकातील मराठी शिक्षणक्षेत्राचे बारकावे भेटतील. यातील अशोक हा मैतर तर दृढ स्नेहभावानं सहकुटुंब पुण्यात माझ्या घरी येऊन जातो. कोल्हापुरात कुठल्याही कार्यक्रमासाठी गेलो की, मी हटकून अशोककडे उतरतो. ना. सं. इनामदार ही मराठी साहित्यातील 'शिक्का-मोर्तबी' नाममुद्रा आहे. ते ७० व्या अ. भा. मराठी संमेलनाचे- अहमदनगरला अध्यक्ष झाले. त्या वेळचा निवडणूक- प्रक्रियेतील अर्ज पुण्याच्या म. सा. प. त आम्ही भरला. सूचक होते कॉंटिनेंटलचे अनंतराव कुलकर्णी व अनुमोदक होतो मी. तेव्हापासून श्रीमंत दूरध्वनीवर फार गमतीदार गप्पा-टप्पा छाटत आलेत, कधी कधी अर्धा तास ते अगदी थेट आजपर्यंत. खरोखरच ते 'स्नेहश्रीमंत' आहेत.

या मोरावळ्यातील दोन व्यक्तिरेखा निखळ ग्रामीण आहेत. तानूमावशी आणि चिलू मोरबळा. मी टिपलाय, तो त्यांच्या आतबाहेर साळढाळ ग्राम-मानसिकतेचा बाज. तसा तो पूर्ण नाही. खरे तर, त्या दोन्ही व्यक्तिरेखा, सुरेख लघुकादंबऱ्यांचेच ऐवज आहेत. या आणि अशा कित्येक निकोप गावरान मनांनी माझ्या कादंबरी व नाट्यलेखनात मला पसा भरभरून 'साहित्यिक अमोल ठेवा' सतत दिला आहे. मी त्यांचा व अशा कित्येकांचा त्यासाठी सदैव ऋणी आहे.

प्रारंभी म्हटल्याप्रमाणे आयुर्वेदीय संहितेप्रमाणे 'मोरावळा' पौष्टिक असूनही खुमासदार असतो. या व्यक्तिरेखांच्या वाचनातून वाचकाला त्याच्या जीवनक्षेत्रातील असं एखादं 'मोरावळी' मन नुसतं निसटतं जरी आठवलं, तरी ही लिखावट करून भरून पावलो. शेवटी साहित्याचं सर्वश्रेष्ठ, मौलिक तत्त्व कोणतं? वाचकाला लेखकानं समानुभूती देणं हेच नाही का? नसल्यास व्हायला नको का? विचार करून बघावा. हा मोरावळा चाखण्यापूर्वी एवढंच आपणाला सांगायचं होतं.

हा मोरावळा चांगला मुरवण्याचं किचकट काम अगत्यानं मनावर घेतलं, म्हणून मेहता पब्लिशिंग हाऊसचे बांडे प्रकाशक श्री. सुनील मेहता यांचा मी आभारी आहे. वेळोवेळी दूरध्वनीवर माझ्या असंख्यात सूचना न कंटाळता ऐकल्याबद्दल श्रीमती अश्विनी खरे यांचाही.

शेवटी सुमित्र मोहन वेल्हाळांना काय म्हणायचं? त्यांना आटोपशीर, बावन्नकशी, खणखणीत ललित आवडतं-जचतं. त्यातही त्याला ग्रामीण मात्रा असली, तर त्यांच्या लेखी सोन्याला केतकीचा सुगंधच! म्हणून त्यांना एवढंच म्हणतो- 'गड्या, हे काम बाकी झॅक क्येलंस, बघ!'

एवढा वेळ हा 'साहित्यिक मोरावळा' प्रत्यक्ष चाखायला उतावीळ तुम्हा रसिकांना आता आणखी रोखण्याचा रसभंग कशाला करू?

माझ्या प्रिय साहित्यरसिकहो! हां हूंद्या सुरवात! हा खास कोल्हापुरी वाणाचा 'साहित्यिक मोरावळा' एरवी हाता-तोंडाचा मेळ घालून चाखतात, तसा आता मना-काळजाचा मेळ घालून मनसोक्त चाखावा. अगदी निसबतीनं! कसं?

इति शुभं भवतु!

– शिवाजी सावंत

अनुक्रमणिका

आर्के

ते एकोणीसशे बासष्ट साल होतं. कोल्हापूरच्या शुक्रवार पेठेतील पिवळ्या वाड्यातील राजाराम हायस्कूलची इमारत. दुपारची मधली सुट्टी घणघणली होती. आम्हा शिक्षकांचा ताफा चहाला निघायच्या तयारीत होता. मी आणि हिंदीचे गमत्ये शिक्षक जे. जी. यादव, त्यांनी केलेल्या कसल्याशा विनोदावर खिदळत व्हरांड्यात उभे होतो.

आमचा विनोद अधांतरी ठेवीतच एक व्यक्ती वाड्याच्या प्रशस्त दरवाजातून आत प्रवेशली. पांढरा शुभ्र मॅनिला, तशीच पँट आणि त्या मॅचिंगला कमी पडू नये म्हणूनच की काय तसेच धोट सिल्व्हरी केस! चेहरा महाराष्ट्राचे क्रीडा विभागाचे संचालक वाखारकर यांची आठवण करून देणारा. गृहस्थ कसल्यातरी गडबडीत होते. हातात दोनचार कागदांची चळत होती. ते आले आणि तसेच ऑफिसकडे निघून गेले. आपल्याच तंद्रीत.

मी यादवांना म्हणालो, ''व्हॉट अ पर्सनॅलिटी! ही लुक्स लाइक अत्रे!'' तो विषय तिथंच राहिला. आम्ही चहाला निघून गेलो. सुट्टीनंतरचा तास मला ऑफ होता. ते गृहस्थ ऑफिसमधलं काम आटोपून आम्हा शिक्षकांच्या कक्षातच आले. नेमके माझ्यासमोरच्या खुर्चीवर बसले. मी कुतूहलानं विचारलं, ''तुमचं नाव काय?''

''कुलकर्णी. आर. के. कुलकर्णी. तुमचं?''

''सावंत. कुठलं गाव तुमचं?''

''गाव तसं सातारा जिल्ह्यातलं, नेर्लं. पण आलोय नगरहून. इथं जॉइन व्हायला!''

''आय सी. म्हणजे तुम्ही रिपोर्ट देऊन आलात की काय आता? यू आर अवर कलीग नाऊ. व्हेरी नाईस.''

"तुम्ही काय शिकवता?"

"मी कॉमर्सचे विषय शिकवतो!"

"तुम्हाला बघताना वाटत नाही तुम्ही कॉमर्स शिकवत असाल म्हणून. मला वाटलं तुम्ही कुठल्यातरी विद्यार्थ्याचे लष्करातले भाऊ असाल. चौकशीसाठी शाळेत आला असाल." गृहस्थ मिश्कीलपणे हसले.

मीही ते अंगावर आलेलं विधान शिंगावर घेतलं!

"खरं आहे तुमचं. इथल्या बहुसंख्य विद्यार्थ्यांना मी भावासारखाच वाटतो. त्यांच्याशी टेबलटेनिस खेळतो, नाटकं बसवितो, त्यांच्याकडून वक्तृत्वाची तयारी करून घेतो."

"व्वा! मग तुमचं आमचं गोत्र जमलं! तास नाही ना आता? मग चला, चहा घेऊन येऊ."

आम्ही शाळेबाहेर पडलो. मी जाता जाता म्हटलं, "तुमचा हा 'व्हाईट वॉश' आवडला बुवा आपणाला. खरं सांगू? तुम्हाला बघताच आचार्य अत्र्यांची आठवण झाली."

गृहस्थ मनमोकळं हसत म्हणाले, "घ्या. अहो, मी तर अत्र्यांच्या साहित्याचा निस्सीम भक्त आहे. पण सावंत, तुमचं गाव कुठलं?"

"आजरा. कोल्हापूरच्या एका टोकाला आहे. ५३ मैलांवर. तुम्ही विषय कोणते शिकवता आर. के.?"

"ये हाऽ! तुम्ही अचूक माझा शॉर्टफॉर्म केलात. 'आर. के.' मी विषय शिकवतो भाषा. इंग्रजी आणि मराठी. पण एक राहिलंच. 'नाव' काय?"

"शिवाजी." मी सहज उत्तर दिलं.

"व्वा! हा एक आमचा वीक पॉइंट! शिवाजी म्हटलं की आपले दोन्ही हात वर." गृहस्थ पुन्हा हसले.

माझी आणि आर. के. ची पहिली भेट ही अशी. एक तपाहून काल या घटनेला नोंदवून मागं हटलाय; पण आजही ती घटना मला उगवतीच्या सूर्यासारखी ताजी-तवानी वाटते.

आर. के. राजाराम हायस्कुलात आले आणि त्यांचं व माझंही एक आगळं जीवन सुरू झालं. व्यवहाराच्या अर्थानं ते आपले विषय वरच्या वर्गांना शिकवीत होते. मी माझ्या विद्यार्थ्यांना शिकवीत होतो; पण आम्हा दोघांमध्ये एक निर्भेळ स्नेहाची भावगाठ घालणारे विषय होते निराळेच. नाट्य, संगीत, साहित्य आणि खेळ यांची आवड हा आर. के. चा आणि माझा समान गुणधर्म होता. आमच्या या विश्वाचा शाळेशी सुतराम संबंध नव्हता.

त्या वेळी मी 'मृत्युंजय' लिहायला घेतलं होतं. मी काय लिहितो आहे याची

माझे थोरले बंधू विश्वासराव याखेरीज कुणालाच कल्पना नव्हती. विश्वासदादा पोलीसमध्ये असल्यानं त्याच्या क्वार्टरमध्ये मी राहत होतो. एके दिवशी शाळा सुटल्यानंतर मी आणि आर. के. फिरायला म्हणून बाहेर पडलो. बिंदू चौकातील दत्त कॅफेमधील झणझणीत चवदार मिसळ आम्ही रिचवली. सहज जाता जाता मी म्हटलं, "आर. के., बरेच दिवस एक विषय मनात घर करून बसलाय. एक लिखाण मनात घोळतंय. थोडंफार लिहून झालंय."

"कुठला विषय?"

"महाभारतातला आहे. कर्णाचा."

"कर्ण! फार महत्त्वाचा नायक आहे तो. काय लिहिताय? काव्य की नाटक?"

"नाही. कादंबरी. आपण जरा निवांत बसू या. जे बांधून झालंय ते वाचून दाखवावं म्हणतो."

"छान! थांबा. शिवाजीराव, थोड्या सिगरेटी घेऊ या आत्ताच बरोबर." आर. के. नी वर्कलेच पाकीट घेतलं. आम्ही आमच्या क्वार्टरवर आलो. खुर्चीत बैठक घातलेल्या आर. कें. नी सिगारेट शिलगावली. म्हणाले, "हं वाचा."

हातात लिखाणाची फाईल येताच मी क्षणात भोवतीचं जग विसरलो. मन पटकन महाभारतकालीन प्राकृतिक, चैतन्यशील, रसरशीत वातावरणात उतरलं. मी वाचत होतो तो कादंबरीतील दुर्योधनाच्या निवेदनाचा भाग होता. श्रीकृष्ण शिष्टाईसाठी हस्तिनापुराला आलेला आहे. भरल्या सभागृहात दुर्योधन त्याची शिष्टाई उघड उघड फेकून देताना म्हणतो आहे- 'एवढंच काय पण या नकारांची लक्तरं पांघरून हस्तिनापुराबाहेर जाणाऱ्या गवळ्यांच्या नायका, तुझ्या तळपायांना चिकटलेले धुलीचे कणही मी निपटून घेतले असते; पण त्या निमित्तानंसुद्धा, तुझ्या गायींच्या मलमुत्रानं बरबटलेल्या पायांना माझ्या सेवकानंही हात लावावा अशी माझी इच्छा नाही!

"ये: हे रे!" आर. के. जवळ जवळ किंचाळलेच. मी वाचन थांबवलं. हातची सिगारेट फेकून नवी पेटवत आर. के. म्हणाले, "पुन्हा पुन्हा वाचा पहिल्यापासून एकदा. दुर्योधनाचा अस्सल राजपीळ तुम्ही छान पकडलाय राजे."

"राजे?" मी चमकून विचारलं.

"अहो, तुमचं नाव शिवाजीराव नाही का? आम्ही तुम्हाला आजपासून राजे म्हणणार!" पोलीस क्वार्टरमध्ये राहणारा, मास्तरकी करणारा आणि 'राजे'! मला मोठी गंमत वाटली. विचार आला- आर. कें. नी आपणाला एक झोकदार पदवी बहालच केलीय मग आपण तरी कद्रूपणा कशाला दाखवावा? आपणही त्यांना एक गिर्रेबाज टोपणनाव द्यावं झालं. ही काही पद्मश्री, पद्मभूषणसारखी पदवी नाही की ज्यासाठी संबंधितांची गुप्त पद्धतीनं सामग्र माहिती काढायची गरज आहे. मी म्हणालो, "मग तुम्हालाही आम्ही 'पंत' या नावानं हाक मारणार! चालेल?"

"छँ, छँ, छँ, तुम्ही अगदी पावला-पावलाला छडी टांगच लावताय की राजे!" हसताना आर. केंचे डोळे आक्रसले. दिलखुलास हसताना ते नेहमीच आक्रसतात.

"अहो पंत, तुमची गादी सातारची. तिला कोल्हापूरच्या गादीचा काटशहच पडणार! कसं?"

त्या दिवसापासून 'राजे' हे टोपणनाव मला आणि 'पंत' हे आर. कें.ना सावलीसारखं चिकटलंय. ढोरंराखी पोरं खुणेसाठी एकमेकांच्या मनगटाजवळ जळत्या बिब्ब्याचा चटका देतात आणि पै एवढा एक चकता कातडीवर उमटतो. जिंदगीभर तो मनगटाला चिकटून बसतो तसं!

त्यानंतर कोल्हापूरच्या टाउन हॉलच्या बागेत आमची 'मृत्युंजय'ची कितीतरी वाचनं झाली. तिथं मी, आर. के., सुरूची आणि रायवळ आंब्यांची उंच उंच झाडं आणि त्या झाडांना उलटी लटकलेली शेकड्यांनी वटवाघळं एवढंच वातावरण असायचं. कधी कधी वाचन करताना एकदमच झाडावरची वाघळं, फांद्यांना लटकावून ठेवलेले पाय पटापट सोडून फडफडत उडायची. आम्ही वाचन थांबवून त्यांच्या एकमेकांना थडकत चालणाऱ्या येरझाऱ्या पाहत बसायचो. थोड्याच वेळात ते सस्तन गूढ पक्षी पुन्हा फांद्या पकडून निवांत व्हायचे. आमचं वाचन-श्रवण पुढं चालू व्हायचं. मृत्युंजयचा शाई सुकण्याअगोदरचा शब्द न् शब्द आर- केंनी ऐकला आहे. मला तेच केवढ्यातरी अमाप विश्वासानं ठासून म्हणायचे, 'राजे, हे पुस्तक धरणार. आपली पैज' एका वेगळ्याच भावतंद्रीत आम्ही मग पंचगंगा पुलाचा परिसर जवळ करायचो. सूर्य डुबायला झालेला असायचा. त्याच्या भगव्या, केशरी किरणांसह झगझगत्या गोलाकाराचं प्रतिबिंब पंचगंगेच्या पात्रात उतरलेलं असायचं. ते पाहताना माझ्या तोंडून अस्फुट शब्द निघायचे. 'ॐ भुर्भुवः स्वः तत्सवितुर्वरेण्यं...' आर. के. कुतूहलानं विचारायचे, ""राजे', कसला विचार करताय?"

"ताडून बघतोय. हे इथं एवढं अप्रूप दिसतंय, मग साक्षात गंगेकाठी, हस्तिनापुरात कसा दिसत असेल सूर्योदय आणि सूर्यप्रयाण? पंत, एकदा तो सगळाच परिसर डोळ्यानं बघायला पाहिजे. मग पुढचं लिखाण आणि लिहून झालेल्यावर हात फिरवायला पाहिजे. पण..."

"पण' काय? बोला."

"पण एवढी रजा कशी मिळणार? प्रवासाचा आणि इतर खर्च कसा निभणार?"

"रजेचे सोडा. त्याला डोकंच चालवावं लागणार आणि खर्चाचं म्हटलंस तर हे कोल्हापूर आहे. इथं चालत्याला धावता करणारी कैक दर्दी माणसं आहेत. आता असं करू या. थेट सिव्हिल सर्जनकडं जाऊ या. तू मेडिकल रीझनवर काढ रजा. सर्जनसाहेबांकडून तसं सर्टिफिकेट पैदा करू या." एव्हाना आमची अरे तुरेची संबोधनं सुरूही झाली होती.

डुबत्या सूर्याला पाठीवर घेत आम्ही तसेच सी. एस. च्या बंगल्यावर आलो. त्या वेळी पाथरकर नावाचे सर्जन होते. ते स्वतःच साहित्य, संगीताचे चोखंदळ रसिक होते. त्यांना काही न लपविता आम्ही आमची 'ऑपरेशन कुरुक्षेत्र' ही योजना सांगितली. त्यांनी आनंदानं तिला मान्यता दिली. एक प्रश्न चटकन निकालात निघाला.

रजा मंजूर झाली. त्या वेळी माझ्या खिशात सगळ्याच दिडक्या होत्या. पन्नास रुपयांच्या! झेप होती पंजाब, दिल्ली, उत्तर प्रदेश एवढा टापू पायांखाली घालण्याची. माझी आणि आर. कें. ची रंकाळ्याकाठी भेळ खात मसलतीची बैठक बसली. दोघांनीही एकविचारानं पहिलंच नाव निवडलं ते बाबांचं- सुविख्यात सिनेदिग्दर्शक भालजी पेंढारकर यांचं. दुसऱ्याच दिवशी आम्ही बाबांना जयप्रभा स्टुडिओच्या आवारातील त्यांच्या ऑफिसात जाऊन भेटलो. कर्णप्रेमी बाबांनी भवानीचा चेक फाडला. पाठोपाठ केवळ आठ दिवसांतच अठराशे रुपये हातात आले. अडचण होणार नाही पण आवश्यक तेवढंच सामान बॅगेत भरून, मी अंबाबाईचं दर्शन घेऊन एका सुंदर सकाळी कोल्हापूरच्या स्टँडवर आलो. मी कुठं व कशाकरिता जातो आहे हे फारच थोड्या लोकांना माहीत होतं. आर. कें.चा पत्ता नव्हता. मी पुरता अस्वस्थ झालो होतो. एवढ्यात 'आउट' च्या दरवाजानं एक रिक्षा भर्रकन आत घुसली. काळा कोट घातलेले आर. के. तीमधून खाली उतरले. भरल्या स्टँडचं भान नसलेले ते ओरडले, 'राऽजे!' स्टँडच्या एका कोपऱ्याला त्यांनी मला बोलत बोलत नेलं. हातातील कागदी पुडा सोडला. 'प्रत्येक मुक्कामावरून न चुकता पत्र टाक. इकडची रजेबिजेची काही काळजी करू नकोस' म्हणत त्यांनी हातच्या पुड्यातून एक हार वर उचलला. चक्क स्टँडवर तो माझ्या गळ्यात चढवीत त्यांनी कडकडून मिठी भरली. मृत्युंजय प्रकाशित होण्यापूर्वी कोल्हापूरच्या स्टँडवर निरागस स्नेहानं हार देणारे आर. के. आजही त्यावेळेएवढेच स्पष्ट मला समोर दिसतात.

उत्तर भारताचा प्रवास करून मी परतलो. केल्या प्रवासाचं 'कोल्हापूर ते कुरुक्षेत्र' या नावानं एक सचित्र वर्णन स्वराज्य साप्ताहिकात प्रसिद्ध केलं. आता मनातल्या कथावस्तूला एक रोधता न येणारा आवेग आला होता. मी लिखाणात पुरता डुंबून गेलो होतो. याचवेळी आर. कें.च्या मनस्वी स्वभावाचं दर्शन घडविणारी आणखी एक घटना शाळेत घडली. ते सातवीच्या केंद्र परीक्षेचे दिवस होते. त्या काळात राजाराम हायस्कूलला एक मशारनिल्हे, छत्रे मुख्याध्यापक होते. सातवीच्या कोल्हापूर विभागातील केंद्र परीक्षेचे ते अध्यक्ष होते. म्हणजे अधिकारानं अंतिम ऑफिसर होते. त्यांच्या देखरेखीखाली पन्हाळा, गगनबावडा, मलकापूर, बांबवडे अशा केंद्रांच्या परीक्षा होत. आर. कें. ची बांबवडे केंद्रावर चालक म्हणून त्यांनी नियुक्ती केली. परीक्षेचं प्रश्न-उत्तरपत्रिका असं सर्व स्टेशनरी सामान घेऊन आर.

के. ठरल्यावेळी बांबवडे केंद्रावर हजर झाले. परीक्षा सुरळीत पार पडल्या. उत्तरपत्रिकांचे गठ्ठे तयार होऊन सीलबंद झाले. आता शेवटचा मुक्काम बांबवड्यात करून सकाळी कोल्हापूर गाठायचं या विचारात आर. के. होते. दुसरा दिवस उजाडला. आर. के. निघायच्या तयारीला लागले आणि त्यांच्या लक्षात आलं की, आपल्या मनगटी घड्याळावर रातोरात कुणीतरी हात मारलाय! घड्याळाच्या चौकशीत एक तासभर गेला. आर. कें. ची गाडी चुकली! ठरल्या वेळेपेक्षा त्यांना कोल्हापूरला पोचायला दोन तास वेळ झाला. झालं! मुख्याध्यापकसाहेब गङ्ड्यातून उखडले. अगोदरच बिनतोड हजरजबाबी बोलणारे म्हणून त्यांचा आर. कें. वर दात होताच. आता तर 'ड्युटीतील निष्काळजीपणा' हे कोलीत त्यांच्या हातात मिळाले. ऑफिसमध्ये आल्या आल्या त्यांनी आर. कें. च्यावर तोफ डागली. "काऽय आर. के., काय लग्नाबिग्नाला गेला होता की काय? तुमच्या गठ्ठ्यांसाठी इथं पन्नास माणसं खोळंबलीत. स्पष्टीकरण द्या लेखी तुमच्या लेट येण्याचं!"

"सर, माझं घड्याळ चोरीला गेलं. त्याची चौकशी करण्यात वेळ गेला हे खरंय; पण लागलीच गाडी पकडून आलोय मी."

"नशीब आमचं. कुठं परीक्षेचे गठ्ठे चोरीला गेले म्हणाला नाहीत. अहो, कारणं तरी पटणारी शोधून काढावीत!"

"मी खोटं सांगत नाही. तशी मला सवय नाही. पाहिजे तर ट्रंक जोडून चौकशी करू शकता आपण." आता आर. कें. चा नूर पालटत चालला.

"गरज काय आम्हाला चौकशी करायची? तुमच्या घड्याळासाठी थांबायला रिझल्ट म्हणजे काही वाण्याच्या हिशेबाच्या पोतड्या नाहीत." साहेबानं आर. कें. च्या काळजाचा क्रूरपणे भरबैठकीत लचकाच तोडला.

काही न बोलता आर. के. खुर्चीवरून शांतपणे उठले. मुख्याध्यापकाच्या शेजारी असलेला फोन त्यांनी उचलला. सरळ शिक्षणाधिकाऱ्यांना जोडला. एका क्षणातच आपला निर्णय त्यांना कळविला, "काही अपरिहार्य कारणानं या परीक्षेचं काम मी पुढं करू शकत नाही. केल्या कामाबद्दल मला एकही पैसा मोबदला नको आहे. आपण मला या कामातून मुक्त केल्याचं तेवढं कृपया या मुख्याध्यापकांना सांगावं. हाच फोन देतोय त्यांच्याकडं."

शिक्षणाधिकाऱ्यांना वाटलं की गृहस्थाची काहीतरी मोठी घरगुती कुचंबणा असावी. ते म्हणाले, "द्या त्यांना फोन. मी सांगतो त्यांना तुम्हाला मुक्त करायला."

शिक्षणाधिकाऱ्यांनी फोनवरून मशारनिल्हे मुख्याध्यापकांना सांगितलं आणि त्यांनी फोन खाली ठेवला. क्षणैक असाच अधांतरी उडून गेला. खुर्चीत बसलेले आर. के. नेटाक रेलले. दहा बारा केंद्रचालकांच्या साक्षीनं त्यांनी समोरच्या मग्रूर माणसाला झणझणीत सातारी बोलीत वाजवलं, "बोल वाघा! आता तू अध्यक्ष

नाहीस आणि मी चालक नाही! काय माज आलाय की काय तुला?'' बघ्याची भूमिका करणारे इतर चालक एक एक करीत भेदरून कार्यालयाबाहेर पडलेसुद्धा. आर. कें. चा गावरान सातारी अभिमान सप्तकात गेला होता.

''खुर्ची फार चढलेली दिसत्येय तुला. बाकीच्यांसारखं तोलू नकोस आर्क्याला! खुर्चीसकट देईन फेकून पंचगंगेच्या काठाला!'' आर. के. संतापानं थरथरत होते. त्यांना रोखताना बापड्या शिपायांची बोबडी वळली होती.

त्या दिवशी शाळेत जाताच घडला प्रकार माझ्या कानावर आला. आर. के. शिक्षककक्षात एकटेच बसले होते. कुणी त्यांच्यापुढं जायला धजावत नव्हतं. मला थांबणं शक्यच नव्हतं. मी त्यांच्याजवळ जात म्हणालो, ''पंत, चला चहा घेऊन जरा फटका टाकून येऊ.'' ते उठले. आम्ही बाहेर पडलो. चहा घेऊन आम्ही पंचगंगेच्या काठच्या एका काठावरच्या दगडी पायरीवर बसलो. घडल्या प्रकाराची माहिती काढण्यासाठी मी विचारलं, ''काय झालं पंत? तुमचं घड्याळ गेल्याचं, तुमचं आणि हेडमास्तरचं भांडण झाल्याचं कळलंय मला.''

हातातल्या सिगारेटचा एक दमदार झुरूक भरत आर. के. घडलं ते सर्व समजावून देत म्हणाले, ''मरू दे ते घड्याळ आणि ती परीक्षा! पुढं काय लिहिलंस ते सांग बघू!''

मी त्यांना कादंबरीत बांधलेला कृष्णकृत 'शिशुपाल वधाचा' प्रसंग सांगितला. शिशुपालाची उर्मट वक्तव्यं आणि श्रीकृष्णानं दिलेला निर्वाणीचा इशारा ऐकताना ते घडलेलं सर्वच विसरून गेले!

मृत्युंजयची हस्तलिखित संहिता लिहून पूर्ण झाली. आता प्रश्न होता प्रकाशनाचा! या प्रदीर्घ कादंबरीचं प्रकाशनकार्य पेलणारी मातब्बर संस्था कोल्हापुरात नव्हती. आम्ही पुणं जवळ करायचं ठरविलं. १९६७ च्या उन्हाळी सुट्टीत मी आणि आर. के. पुण्याला आलो. बरोबर लिखाणाच्या दोन फायली घेतल्या होत्या.

यापूर्वी साप्ताहिक स्वराज्यच्या, त्यावेळच्या संपादक मो. स. साठ्यांशी माझा इतर लिखाणामुळे पत्रव्यवहार झाला होता. आम्ही स्वराज्य दै. सकाळचं भावंड-पत्रक असल्यानं सर्वप्रथम दै. सकाळच्या कार्यालयात त्यांना गाठलं. आमची सर्व योजना त्यांच्या कानी घातली. साठ्यांनी अत्यंत जिव्हाळ्यानं आमचं स्वागत केलं. एक कागद घेऊन त्यांनी आकडेवार असा प्रकाशनाच्या खर्चाचा तक्ताच थोड्या वेळात तयार केला. त्यांनी काढलेला कमीत कमी पंचवीस हजारांचा आकडा ऐकून माझी आणि आर. कें.ची छातीच दडपून गेली! त्यांचा निरोप घेऊन आम्ही सकाळ कार्यालयातून सचिंत बाहेर पडलो. शनिवारवाड्याजवळच्या एका उडप्याच्या हॉटेलात बसून 'पुढं काय?' याचा विचार करण्यात आम्ही दोन सिगारेट पाकिटं ध्वस्त केली!

काहीतरी सुचल्यानं प्रेरित होऊन आर. के. खुर्चीवरून उठत म्हणाले, "राजे, चला आपण 'पंचवटीत' जाऊ! अण्णांची ही बारा वर्षांनंतरची भेट आहे. बघू या अण्णांचा आणि कर्णाचा काही ऋणानुबंध आहे काय."

"अण्णा? कोण अण्णा?" मी न समजून विचारलं.

"अहो, अण्णा म्हणजे आपले ग. दि. मा.! कोल्हापुरात शिकताना दोस्ताना होता आमचा. वाईकरांच्या हॉटेलात एका प्लेटीतून भजी खाल्लीत आम्ही!"

आम्ही तसेच अण्णांच्या 'पंचवटीत' शिरलो. सुदैवानं त्या दिवशी अण्णा घरी होते. आर. कें.ना एवढ्या दिवसांनी नि साक्षात घरी बघून ते दिलखुलास हसत मिठी भरून म्हणाले, "क्काय आर्के? मर्दा, किती दिसांनी ही भ्यॅट?" अण्णांनी आम्हाला प्रथम चहा दिला. आर. कें.नी माझी त्यांच्याशी ओळख करून दिली. 'ऑपरेशन कर्णाची' सर्व योजना सांगितली.

अण्णा पानासाठी सुपारी कातरताना जरा विचारगत झाले. मग म्हणाले, "गड्यांनो, एक झॅक माणूस हाय. त्याला करू या फोन. काय म्हणतो बघू या तरी."

पान जमवून तोबरा भरून अण्णांनी फोन केला तो कॉंटिनेंटलचे साक्षेपी प्रकाशक अनंतराव कुलकर्णी यांना. अनंतरावांनी अण्णांना आम्हाला कॉंटिनेंटलवर पाठवून द्यायला सांगितलं. अण्णांचा निरोप घेऊन आम्ही कॉंटिनेंटलवर आलो. ही अनंतरावांची नि माझी पहिलीच भेट होती. त्यांच्या तरतरीत नाकानं आणि नितळ रंगानं माझं त्यांच्याबद्दलचं पहिलंच इम्प्रेशन छान झालं. बोलता बोलता त्यांच्या कपाळावर एक उभी आठी तरारली. (मी त्या वेळी किरोच्या हस्तमुद्रिकाचाही अभ्यास करीत होतो. त्यातील एक आडाखा मनात क्षणात सरकून गेला. 'कपाळावर सहजी उभी आठी खडी ठाकणारी असामी सचोटीनं व्यवसाय करते व निर्धारपूर्वक यशस्वी होतेच होते.' अनंतरावांचं हे वैशिष्ट्य फारच थोड्या लेखक मंडळींना माहीत असेल.) मी त्यांच्या हाती आणल्या फायली दिल्या. (त्यांना त्या भेटीत माझ्याबद्दल काय वाटलं कोण जाणे!)

कॉंटिनेंटलबाहेर पडताच सुटकेचा सुस्कारा टाकत आर. के. म्हणाले, "चला राजे, आता मिळेल ती गाडी पकडून कोल्हापूर गाठू."

"नाही पंत, अजून एक काम राहिलंय, चला." मी रिक्षा थांबवली. आम्ही शिवाजीनगर स्टॅंडवर आलो. सुदैवानं मला पाहिजे ती गाडी स्टॅंडवर उभीच होती. पुणे-आळंदी!

आम्ही त्या गाडीत चढलो. बरोबरच्या फायली अनंतरावांकडं दिल्यानं आमच्याकडं सकाळी घेतलेल्या दै. सकाळच्या अंकाशिवाय काहीच नव्हतं. आम्ही आळंदीला आलो. एक शुभ्र फुलांचा हार, ओंजळभर सुट्टी फुलं, कापूर-साखर घेऊन आम्ही

ज्ञानियांच्या राजाच्या समाधीचं दर्शन घेण्यासाठी गेलो. तिथल्या शांत, भागवती वातावरणात आम्ही आमचे माथे ज्ञानोबांच्या समाधीच्या पायरीवर ठेवले. मनं कितीतरी हलकी झाली होती. समाधीचं दर्शन घेऊन आम्ही शेजारी असलेल्या एका ओवरीत आलो. वाटलं, इथं थोडावेळ निवांत नुस्तं लेटावं. आमच्याकडं अंथरायला काहीच नव्हतं! हातातील सकाळचे कागद सुट्टे करून मी आणि आर. कें.नी ते अंथरले. छापील शब्दांची सतरंजी अंथरून आम्ही त्यावर लवंडलो. समाधीसमोरच्या अजानवृक्षाकडं बघत आर. के. म्हणाले, "राजा, हे बरं केलंस. इथं आलो त्यानं कर्णकथेची सांगता आणि तीही योग्य झाली असंच समज."

"पंत, मघाशी समाधीच्या पायरीवर डोकं टेकलं तेंव्हाच कथेला मी तिथं अर्पून टाकलंय."

कितीतरी वेळ आम्ही पडल्या पडल्या बोलत होतो. संध्याकाळी आळंदीहून परतलो.

मृत्युंजय देखण्या रूपात व वाजवी किमतीत अनंतरावांनी प्रकाशित केली. मराठी रसिकांना ती जचली आणि एके दिवशी मुंबईच्या मराठा मंदिर या संस्थेच्या वतीनं सत्कारासंबंधी मला तार आली. त्यातील शेवटच्या ओळी होत्या. 'Acharya Atre wants to preside over the function. Convey suitable date.' (आचार्य अत्रे समारंभाचे अध्यक्षस्थान स्वीकारणार आहेत. सोयीची तारीख कळवा)

मी त्या तारेला एकाच ओळीत उत्तर दिलं. 'Any date will do!' (कुठलीही तारीख चालेल.)

मुंबईच्या त्या कार्यक्रमाला हजर होण्यासाठी मी व आर. के. मुंबईत दाखल झालो. ठरल्यावेळी मराठा मंदिरच्या प्रशस्त सभागृहात कार्यक्रम पार पडला. आम्हा दोघांनाही उत्सुकता होती ती कार्यक्रमापेक्षा आचार्यांशी गप्पा छाटण्याची! कार्यक्रम संपवून अत्रे शिवशक्तीत जायला निघताना आर. कें.ना म्हणाले, "कुळकर्णी, उद्या सकाळी आठ वाजता यांना घेऊन या शिवशक्तीत. आठला. मुद्दाम वेळ सांगतोय. तुम्ही देशस्थ-आठ म्हणजे नऊला तरी याल!" आम्ही सर्व जण त्या चपराकीवर हसलो.

दुसऱ्या दिवशी आम्ही सकाळी शिवशक्तीत थडकलो. तिथं नेहमीसारखा प्रशस्त अत्रेदरबार भरला होता. अनंत काणेकर, गोवर्धनदास पारेख, प्रल्हाद कुरणे अशा मंडळींच्या मेळ्यात अत्रे विनोद धावडीत बसले होते. आमची त्यांनी सर्वांना ओळख करून दिली. ठरल्याप्रमाणं फोटो खेचण्याचा कार्यक्रम झाला. आचार्यांचा निरोप घेऊन काणेकर, पारेख आदी निघून गेले. अत्रे आम्हाला शिवशक्ती फिरून दाखवू लागले. सुधाताईंशी त्यांनी आमची ओळख पटती केली. आम्ही पुन्हा त्यांच्या बैठकीच्या हॉलमध्ये आलो.

आचार्यांनी बेल दाबून एका सेवकाला बोलावून घेतलं. त्याला आमच्यासाठी बर्फी आणायला सांगून ते म्हणाले, 'मराठी रिवाजाप्रमाणं पाहुण्यांना गूळपाणी द्यायला पाहिजे; पण या मुंबईत गूळ शोधताना डोळ्यात पाणीच यायचं! त्यापेक्षा बर्फी बरी.'

त्यांचा चाकर निघून गेला आणि त्याच दारानं एक धिप्पाड कुत्रं लपापत आत आलं. आलं आणि थेट अत्र्यांच्या जवळ जात त्यानं त्यांचं अंग चाटायला सुरुवात केली. आपल्या मुलीला- नानीला मारावी तशी हाक अत्रे त्याला मारीत होते. 'जॅऽक! जॅऽक!' हां हां म्हणता त्या जॅक कुत्र्यानं अत्र्यांचा डब्बल जबडा असलेला थेट चेहराच चाटायला सुरुवात केली! त्याची लवलवती जीभ, न्हाव्याच्या नॅपकिनसारखी अत्र्यांचे ओठ, डोळे, कपाळ, नाक यांवरून लवलवून सरसरत फिरत होती. मिटल्या डोळ्यानं संथ राहून अत्रे त्याला त्याचा प्रेमाधिकार गाजवू देत होते. महाराष्ट्राने अत्र्यांवर का प्रेम केलं असावं याचा प्रत्यय प्रात्यक्षिकासह आम्हाला येत होता. हा श्वानवात्सल्याचा सीन मिनिटभरात आटोपला आणि तो समाधानी कुत्रा तृप्त मनानं, शेपटी चाळवीत शांतपणे बाहेर गेला. आमच्या गप्पा सुरू झाल्या.

अत्र्यांचे चाहते म्हणून तर आज आर. कें.ना भलताच उत्साह आला होता. अत्रे नेहमी 'कुळकर्णी' असाच उच्चार करीत. बोलता बोलता कवी केशवसुतांचा विषय निघाला. आर. कें.नी त्यांच्या कवितेच्या कुठल्याशा दोन ओळी अत्र्यांना म्हणून दाखविल्या.

"व्वा! कुळकर्णी, तुमचा काव्याचा अभ्यास फार दिसतोय." अत्रे हसत म्हणाले.

"कसला आचार्य, असं काही ऐकलं की राहतं लक्षात." आर. के. अत्र्यांच्या शिफारशीवर खूश होत विनयानं म्हणाले. क्षणातच अत्र्यांनी त्यांची विकेट घेतली, "माहीत आहे कुळकर्णी, ही कविता केशवसुतांनी १९०५ साली लिहिली!"

"अस्सं?"

"आणि तिच्या पुढच्या ओळी अशा आहेत" म्हणत अत्र्यांनी आर. कें. ना केशवसुतांची ती संपूर्ण कविताच ऐकवली!

"कुळकर्णी, तुम्हाला मी कुठंतरी रेल्वेजवळ पाहिलंय!" अत्र्यांनी विषय पालटला.

"मला?" आर. के. चित्कारले.

"मला वाटतंय कुळकर्णी आडनावाचा आणि तुमच्याच चेहऱ्याचा माणूस नसावा महाराष्ट्रात." असे मिश्कील बोलले.

"आडनावाचे नाहीत पण महाराष्ट्राचे क्रीडा संचालक वाखारकर माझ्यासमोर उभे राहिले तर आरशातच बघितल्यासारखे वाटेल त्यांना." आर. के. ही हसत

म्हणाले. काही वेळ गेला आणि आर. कें.नाच आठवलं. तो होकाराचा हात डोलवीत, हसत अत्र्यांना म्हणाले, "बरोबर आहे तुमची आठवण आचार्य. सुमारे बारा वर्षांपूर्वी तुम्ही एके दिवशी गाडी चुकली म्हणून मनमाडच्या रेल्वे स्टेशनवर एका बाकावर बसला होता. तुम्हाला बघून गाडी चुकवून मी तुमच्या शेजारी येऊन बसलो होतो. तुमची गाडी येईपर्यंत गप्पा मारल्या होत्या आपण."

"तेच! रेल्वेजवळ कुठंतरी." अत्र्यांनी आपल्या विधानाचा खुंटा हलवून जाम केला.

दीड-दोन तास त्या मराठीतील मार्क ट्वेनशी मनसोक्त गप्पा मारून आम्ही निरोप घेण्यासाठी उठलो. अत्रेही उठले. आर. कें.च्या खांद्यावर हात ठेवीत गडगडत म्हणाले, "कुळकर्णी, या सावंतांना मुंबईत घेऊन या." बोलत बोलत ते शिवशक्ती उतरणाऱ्या लिफ्टपर्यंत आले. आम्ही लिफ्टमध्ये चढलो आणि सासवडच्या मातीवर व कऱ्हेच्या पाण्यावर पोसलेलं अत्र्यांचं कुणबाऊ, मराठमोळं मन बोलून गेलं, "पुढच्या वेळी दोघंही जेवायलाच या शिवशक्तीत." लिफ्टच्या काचेतून धूसर दिसणाऱ्या त्या सरस्वतीच्या लाडक्या व हावऱ्या व प्रचंड पुत्राच्या चेहऱ्याकडं बघत आम्ही आतूनच निरोपाचा नमस्कार केला आणि नियतीनं तो निरोपाचाच नमस्कार ठरवला! दोन महिन्यांतच १३ जून ६९ ला अत्रे गेले. ती कटू वार्ता सांगायला आलेल्या आर. कें. ना धड बोलता येत नव्हतं. ते एवढंच म्हणाले, "मराठी मातीचा सच्चा माणूस गेला राजे!"

व्याख्यानांच्या निमित्तानं मग आर. के. आणि मी कोल्हापूरपासून नागपूरपर्यंत जवळ जवळ उभा महाराष्ट्र फिरलो. या भ्रमंतीच्या दरम्यान मुंबईहून एकदा ग. दि. मां. चं पत्र आलं. मजकूर होता- 'तुमच्या पुस्तकाचं गुजराती भाषांतर करायचं एका गृहस्थांच्या मनात आहे. पत्र पोचताच मुंबईला या. येताना आर्क्यांना बरोबर घेऊन या' त्या पत्रातील भाषांतराच्या मजकुरापेक्षा अण्णांनी आर. के. या शब्दाचा बोलीभाषेप्रमाणं लिहिलेला 'आर्के' हा उच्चार मला आवडला. तेव्हापासून आर. कें. ना 'आर्के' म्हणणं मला सोयीचं वाटू लागलं.

१९७४ मध्ये मी कोल्हापूर सोडून पुण्याला लोकशिक्षण मासिकाकडे संपादक म्हणून आलो. आर्क्यांशी रोज येणारा भेटीगाठीचा योग तुटला. त्यांची फक्त पत्रं येत होती. माझीही त्यांना जात होती. एके दिवशी सेंट्रल बिल्डिंगमधल्या माझ्या ऑफिसचा फोन घणघणला. ऑपरेटरनं कोल्हापूरचा ट्रंक आहे म्हणून तो जोडून दिला. मी अंदाज बांधला आर्केच असणार. पलीकडून शब्द आले, "राजे, राज्यमंत्री म्हणून उदयसिंगराव गायकवाडांची नियुक्ती झाल्येय. मला ते पी. ए. म्हणून बोलावताहेत. काय करावं विचार करतोय."

"अभिनंदन आर्के. बेशक जा. तो एक नव्या जीवनाचा अनुभव आहे." मी

त्यांना तत्काळ अभिनंदनही देऊन टाकलं.

ज्या गाडीतून आर्के मुंबईला नव्या जबाबदारीच्या जागेवर जाणार होते त्या गाडीची वाट बघत मी व सन्मित्र जयराम देसाई पुणे स्टेशनवर थांबलो होतो. गाडी आली. आर्के एका डब्याच्या दारातच आमचा शोध घेत उभे होते. हात हलले. आर्के गाडीतून उतरले. जयरामनं पुढं होत त्यांच्या तोंडात दोन चार पेढे बळेबळे कोंबले. मी गळ्यात हार चढविला. स्टेशनवर मिळाला तो कागद घेऊन मी त्यावर उदयसिंगरावांना एकच वाक्य लिहिलं. 'तुमची नियुक्ती केल्याबद्दल महाराष्ट्र सरकारचं व आर्केची तुम्ही निवड केलीत याबद्दल तुमचं मनस्वी अभिनंदन. जगदंबा तुम्हा दोघांच्या मळवटी यशाचा भंडारा भरो!'

आर्के मंत्रालयात पी. ए. म्हणून काम करीत असताना मुंबई आकाशवाणीकडून मला शिवाजी महाराजांवर एक व्याख्यान देण्यासाठी रेकॉर्डिंगकरिता आवतन आलं. आर्क्यांची भेट होणार म्हणून मोठ्या खुशीतच मी मुंबईला गेलो. चर्चगेटवरून थेट उदयसिंगरावांच्या बंगलीत गेलो. तो दिवस महाशिवरात्रीचा होता. उदयसिंगराव फराळ करीत टेबलजवळ बसले होते. आर्के त्यांच्याशी गप्पा मारत उभे होते. मला बघून रसिल्या मनोवृत्तीचे उदयसिंगराव म्हणाले, "या शिवाजीराव, बघा वाघ कसा गवत खातोय ते! करणार काय फराळ?"

"फराळ नको पण दुसरं एक हवंय."

नुसत्या खसपशीवरून जनावर कुठलं असावं हे हेरणारे उदयसिंगराव एक कसबी व पट्टीचे शिकारी आहेत. तोंडातला घास तसाच तोलत हसून ते म्हणाले, "आलं लक्षात. तुम्हाला आर्के पाहिजेत. आम्हाला माहीत आहे तुमचा दोस्ताना. घेऊन जा त्यांना."

मीही त्यांच्या अचूक निशाणीवर खूश झालो. मी आणि आर्के मग रेकॉर्डिंग रूममध्ये गेलो. 'सोंगाड्या' सिनेमाचे दिग्दर्शक गोविंदराव कुलकर्णी यांनी माझ्या भाषणाचं रेकॉर्डिंग सुरू केलं. त्यात एक प्रसंग होता तो शिवाजीराजांच्या कर्नाटक मोहिमेतील बेलवाडी या गावातील. त्या गावात महाराजांच्या सखुजी गायकवाड या सेनापतीला बेलवाडीच्या गढीच्या किल्लेदाराची विधवा बायको मल्लम्मा हिच्याशी झुंज घ्यावी लागली होती. चांगले वीस दिवस. शेवटी सखुजीनं निकराचा हमला करून ती गढी दस्त केली होती. विजयाच्या आनंदात सखुजीनं पराभूत, विधवा मल्लम्माची छेडछाड करण्याचा नादानपणा केला होता. दंडात काढण्या घालून दीड वर्षाचं मूल काखेत असलेल्या मल्लम्माला मोठ्या फुशारकीनं सखुजीनं तळावर महाराजांसमोर येताच हातच्या काढण्या हासडून उद्वेगी तडफेत सरळ महाराजांसमोरच सादर केली. काखेतला बच्चा शिवाजीराजांच्या मांडीवर आदळत कळवळून ती म्हणाली, 'गढी जिंकलासा, गढीचा किल्लेदार मारलासा, मग ह्यो वारस तरी

कशापायी ठेवता? घेऊन जावा यालाबी अन् लावा याची वाट. काळीज न्हाई ढळायचं माजं. पर राजा, तू एवडा गुणाचा म्हणून डंका तुजा, आन् अशी कशी रं मान्सं तुज्या भवत्यानं?' मल्लम्मानं सखुजीचं सगळं कर्तुक राजांच्या कानी घातलं.

मांडीवरच्या मुलाला आपल्या भुजेवर घेत महाराज बैठकीवरून शांतपणे उठले. मल्लम्माच्या समोर आले. तिचा मुलगा तिच्या हातात देत म्हणाले, 'बाई, तुम्ही थोर आहात, आम्हास पाठच्या बहिणीसारख्या आहात. तुमच्या गढीची लालस ती एवढीशीसुद्धा आम्हास नाही. आम्ही ती चोळखणासाठी तुम्हास बक्ष करतो आहोत. ही गढी आणि गढीचा वारस सांभाळा. जोवर आम्ही तख्तावर आहोत तोवर तुमचा बालसुद्धा बाका करण्याची शामत होणार नाही कुणाची.'

मी हा प्रसंग स्वत:ला पूर्णपणे विसरून एकरूपतेनं वाचत होतो. रेकॉर्डिंग चालू होतं. प्रसंग इथं संपला नव्हता. महाराजांनी सखुजीला समोर पेश घेतला. क्षणापूर्वी एका स्त्रीशी शांत, भावगर्भ बोलणाऱ्या छत्रपतींच्या डोळ्यांतून, सखुजीला बघताच जशा ठिणग्याच बरसू लागल्या. विजयी सेनापतीला राजांनी भरल्या तळावर सर्वांसमक्ष सजा फर्माविली, 'परक्या बाईमाणसावर बदनजर ठेवतात! तापल्या सांडशीने डोळे जाळून टाका हे!'

रेकॉर्डिंग संपवून मी रूमच्या बाहेर आलो. मात्र, आर्क्यांनी मला कडकडून मिठीच भरली. त्यांच्या पापण्या पाणावलेल्या होत्या. काही बोलण्याच्या मन:स्थितीत ते नव्हतेच. तीच स्थिती झालेल्या गोविंदरावांचा निरोप घेऊन आम्ही रेकॉर्डिंग हॉलबाहेर पडलो. काही न बोलता टॅक्सी पकडायला चालू लागलो. न राहवून आर्के म्हणाले, "कसल्या पिळाचा राजा होता शिवाजी नाही." मी मुकाटच चाललो होतो. माझं मौन आर्क्यांना जाणवलं. ते म्हणाले, "तू रेकॉर्डिंगच्याच मूडमध्ये दिसतोस." त्यांनी मला बोलतं केलं.

"नाही पंत, इतिहास संशोधकाच्या, शिवप्रेमी माणसांना या प्रसंगात शिवाजी राजांची स्त्रीत्वाबद्दलची सुजाण दृष्टी पटकन जाणवेल. ललितलेखकाला एवढंच पाहून चालत नाही. मला या प्रसंगात महाराजांची एक मूळ वेदना प्रकर्षानं जाणवली."

"वेदना? कसली?"

"मघाचा प्रसंग वाचताना मला फार फार जाणवलं की शिवाजीराजांना सख्खी बहीण नव्हती! कधी हा सल त्यांना तीव्रतेनं जाणवला असेल की नसेल?" ते ऐकताच आर्के गंभीर झाले. म्हणाले, "शिवचरित्रावर एवढं वाचलं पण ते कधीच जाणवलं नाही."

असे कितीतरी भावप्रसंग आर्क्यांच्या आणि माझ्या जीवनात घडलेत. लिहिते

झाले असते तर आर्के मराठीतील एक रसाळ-रसिले लेखक नक्कीच झाले असते; पण ज्या शिक्षणक्षेत्रात ते पडले त्यानं मानेचा काटा वर करायला त्यांना वाव दिला नाही. ऑफिसच्या दैनंदिन कामाबरोबरच स्वभावधर्माप्रमाणं वरकड अनेक कामं अंगावर खेचून घेण्याची त्यांना सवयच पडल्येय. कुणा गरीब धनगराच्या पोराला कॉन्व्हेंटमध्ये प्रवेश मिळवून दे, कुण्या हुशार एकाकी पोराची तांबड्या फितीत अडकलेली स्कॉलरशिप मोकळी कर, साफ अंगठेबहाद्दर आदिवासी बाईला, काखेत तान्हं पोर घेऊन मंत्र्यासमोर माइकवरून प्रास्ताविकाचं भाषण करायला लाव, दमाची कुस्ती खेळणाऱ्या कुणबाऊ तरुणाला सरावासाठी पंजाबात पतियाळाला पाठविण्यासाठी मदत कर, गावच्या टग्या बलदंडांच्या समोर पिचणाऱ्या शिक्षकाला खंबीर धीर दे, कथा-कविता लिहिणाऱ्या नव्या उमेदीच्या लेखकाला चेतना दे, परिस्थितीच्या काचामुळे मधेच शाळा सोडलेल्या, रिक्षा चालवणाऱ्या, प्रेसमध्ये काम करणाऱ्या, कंडक्टर झालेल्या विद्यार्थ्यांची आस्थेनं विचारपूस कर, सामान्यांच्या सुखदु:खांशी अशी आर्क्यांनी जन्मगाठच बांधून टाकली आहे.

इस्लामपूरचे आमदार एन. डी. पाटील आणि सांगलीचे आमदार पी. बी. पाटील हे आर्क्यांचे विद्यार्थी. आजही ते दोघे कुणाशीही आर्क्यांची ओळख करून देताना 'आमचे सर' अशीच करून देतात. एन. डी. पाटलांचा एक प्रसंग तर हृदयस्पर्शी आहे.

इस्लामपूरला चारपाच वर्षांपूर्वी कसली तरी निदर्शनं एन.डी.च्या पक्षानं केली. त्या जमावावर पोलिसांचा गोळीबार झाला. एन. डीं.च्या घरची एक दोन पोरं त्यात बळी पडली. खवळलेले एन. डी. जमावात घुसले. इतरांबरोबर एन. डीं. नाही पोलिसांच्या लाठीचा चांगलाच प्रसाद मिळाला.

दुसऱ्याच दिवशी एन. डीं. नी कोल्हापूरला बिंदू चौकात जाहीर सभा घेतली. तासभर ते मोठ्या चिडीनं बोलले. त्या सभेला आर्के हजर होते. सभा संपली आणि आर्के आपल्या विद्यार्थ्याला भेटायला स्टेजजवळ गेले. त्यांना बघताच एन. डी. 'सर' म्हणत जवळ आले. 'एन. डी., तुला मारलं?' दिलाच्या तारेनं आर्केंनी विचारलं.

भरल्या बिंदू चौकात पाठीवरचा शर्ट डोक्यापर्यंत उचलत एन. डी. म्हणाले, "बघा सर!"

गेल्या जानेवारी महिन्यात जीवनातल्या पराकोटीच्या एका जीवनसत्याला मला तोंड द्यावं लागलं. खूप सोसलेली माझी वृद्ध आई आम्हा सर्व भावंडांना कायमची पारखी झाली. सुन्न मनानं आम्ही तिचे धर्मसंस्कार केले. तीन दिवसांनंतर एका स्वतंत्र गाडीनं आर्के मला भेटायला माझ्या जन्मगावी-आजऱ्याला आले. अगदी शांतपणे ते धीराचं असं आम्हा सर्व भावंडांना बोलत होते. मला ते 'रिवाजी' व

'शुष्क' वाटत होतं. एरवी एवढा भावुक असणारा हा माणूस आज एवढा रूक्ष का बोलतोय? मला कोडं पड़लं होतं. तासभर गेला आणि आर्के कोल्हापूरला परत जायला म्हणून उठले. आईच्या नेहमीच्या बैठकीच्या माजघरात गेले. एवढा वेळ शांत वाटणारे आर्के क्षणात लहान मुलांसारखे हमसू लागले. मला पुन्हा कोडं पडलं. धरल्या आवाजात ते घोगरटले, ''राजा, खरंच आई गेली रे आपली! कुणाच्या पाया पडू जाताना?''

गेल्या दहा वर्षांत जेव्हा जेव्हा आर्के आजऱ्याला आले होते तेव्हा तेव्हा त्यांना जेवल्याशिवाय आईनं कधीच सोडलं नव्हतं. त्यांच्या आवडीचे पदार्थ करून समोर बसून आवडीनं ते त्यांना खाऊ घातले होते. प्रत्येक वेळी निरोप घेताना न चुकता आर्के तिच्या पाया पडले होते. आज पाया पडण्यासाठी ते माजघरात गेल्या क्षणी त्यांना जाणवलं होतं, की ते पाय या जगात नाहीत. माझ्याशी तासभर बोलताना त्यांचं मन हे मानायलाच तयार झालं नव्हतं की आई नाही. ती गावात देवदर्शनाला गेली आहे. क्षणातच परतेल आणि नेहमीसारखं म्हणेल, 'काय पंत, तुम्ही केव्हा आलात?'

आमचा कढ मनाआड ठेवून आर्केंनाच आम्हाला शांत करावं लागलं. त्यांनी आणलेल्या गाडीतून मी कोल्हापूरला परतलो. पुणं गाठण्यासाठी बायको मुलांसह गाडीत बसलो. आर्के आपल्या घरी न जाता स्टँडवरच उभे होते. आम्हा सर्वांना त्या दु:खद वेळी निरोपाचा हात हलविताना त्यांच्या मनात काय खळबळ माजली होती कोण जाणे. त्यांनी डोळ्यांना रुमाल लावला होता. आर्के दृष्टीआड होईतो मी त्यांच्याकडं बघत होतो. १९६७ साली मृत्युंजयाची प्रस्तावना लिहीत असताना त्यांच्याबद्दल लिहिलेलं एकच वाक्य गाडीच्या चक्राबरोबर माझ्या मनात फिरत होतं, 'मित्रा, तू मित्रच राहा!'

■

भैय्यासाहेब

ते एकोणीसशे सदुसष्ट साल होतं. पुण्याच्या टिळकरोडवरील एस. पी. कॉलेजसमोरच्या, 'कॉन्टिनेंटल प्रकाशन'च्या रेल्वेच्या डब्यासारख्या लांबलचक इमारतीत मी शिरलो. बरोबर होते मैतर आर्के. हातात होती लिखाणाची फाईल. आतल्या चेंबरवजा छोटेखानी खोलीत, खुर्चीत बसलेल्या गौरवर्णी, तरतरीत नाकाच्या, धड तरुण नाही, मध्यमवयस्क नाही, वृद्ध तर नाहीच नाही अशा मजेशीर 'वयचोर' दिसणाऱ्या गृहस्थासमोर आम्ही उभे ठाकलो.

"याऽऽ, बसा." गृहस्थांनी उजवीकडं बघत डब्याच्या तोंडाशी कौंटरवर बसलेल्या, जर्मनी चेहऱ्याच्या मॅनेजर-कम 'मामा घोले'ना कसला नेत्रसंकेत केला कुणास ठाऊक!

"आम्ही अण्णांच्याकडून- म्हणजे गदिमांकडून आलोत." बसता बसता आर्के म्हणाले.

"हे सावंत ना?" गृहस्थांनी मला आपल्या 'माणूस-पारखी' कसबी नजरेनं न्याहाळत विचारलं.

ते गृहस्थ होते अनंत अंबादास कुलकर्णी! चाळीस वर्षांवर मराठी वाचकांच्या मनांवर घरगुती जिव्हाळ्याच्या अधिकारानं प्रेमळ राज्य करणाऱ्या 'कॉन्टिनेंटल' या प्रकाशन संकुलाचे संस्थापक, संचालक, योजक, सर्वेसर्वा!

मी अनंतरावांना न्याहाळलं. फाऽर थोड्या लोकांचं मन आरस्पानी असतं. त्यातूनही मोजक्याच लोकांच्या चर्येवर त्या आरस्पानी मनाची झिलई झळाळत उतरलेली असते. माझ्यासमोर त्यातलाच एक चेहरा होता. त्यांना अधिक निरखण्यात अर्थच नव्हता. माझी नजर बैठकीच्या खोलीभर फिरली. एका आकाशयोगाची तार कुठंतरी छेडली गेली. खरोखर मजेदार योग होता तो. एका काचेरी शोकेसमध्ये कॉन्टिनेंटलच्या प्रकाशित पुस्तकांची रंगीबेरंगी मुखपृष्ठं नेटकी मांडली होती. मी ती

पाहतच राहिलो. त्या मुखपृष्ठांवर जागजागी वीणाधारी सरस्वतीची कॉन्टिनेंटल प्रकाशनाची 'मानमुद्रा' तळपत होती. मी चमकलोच. हेच ते चित्र होतं जे माझा वडील भाऊ मंगेश यानं आजऱ्यातील आमच्या घराच्या भिंतीवर मोठ्या आकारात चितारलं होतं! कवी यशवंतांच्या कुठल्याशा पुस्तकावरूनच त्यानं ते, चांगले आठ दिवस खपून रंगबद्ध केलं होतं. शाळकरी वयात त्या चित्राला रोजचा नमस्कार करूनच आम्ही तिघं भावंडं शाळेत दाखल होत होतो! त्या सरस्वतीशी कसलंतरी नातं जडलं होतं.

अनंतरावांशी बोलायला तोंड फुटतंय तोच चहा आला! मामा घोलेंना केलेल्या नेत्रसंकेताची उकल झाली. सलामीच्या भेटीची आमची जुजबी बोलणी झाली. कर्णकथेच्या लिखावटीची फाईल मी त्यांच्या हाती दिली. काय वाटलं कुणास ठाऊक, अभावित उमाळ्यानं मी बोलून गेलो, "ही कथा वाचकांना जचली नाही तर पुन्हा लेखणी नाही धरणार हाती."

आभाळात वीजरेघ तरतरावी तशी अनंतरावांच्या विशाल कपाळावर एक उभी आठी उमटली. त्या वेळी मुद्राअभ्यासाचा सराव करीत असल्यानं मला ती पटकन जाणवली. (सहसा कपाळी उभी आठी धरत नाही. ज्यांच्या भाली ती खडी ठाकते ते जीवनाच्या वादळात ताठ उभेच राहतात आणि तेही निर्लेप सचोटीनं असा मुद्रा-अभ्यासाचा एक आडाखा आहे.)

आम्ही अनंतरावांचा वाच्यार्थानं निरोप घेऊन पुणं सोडलं. माझा आणि अनंतरावांचा पत्रसंपर्क सुरू झाला. कितीही घाईगर्दी असली तरी खरा मुंबैकर लोकल पकडतोच तसं अनंतरावांचं हस्ताक्षर आहे! फराट्यातून फराटा पकडत जाणारं, असं हस्ताक्षर पुढं मला जाणवलं ते एकट्या आचार्य अत्र्यांचं!

मृत्युंजयाच्या हस्तलेखाच्या फायली मी कोल्हापुराहून पाठवीत होतो. अनंतरावांची भारावलेली, धावती पत्रं येत होती. कथा मी परिश्रमपूर्वक लिहिली होती. तिला पाहिजे तसा प्रकाशक लाभत होता. कॉन्टिनेंटलची वीणाधारी सरस्वती धनुर्धर कर्णामागं उभी राहिली!

एरवी रॉयल्टीसारख्या व्यवहाराची बोलणी नेहमीच रूक्ष वातावरणात अक्षरश: 'पार पाडली' जातात; पण तीही अनंतरावांशी हसत खेळत, खेळीमेळीच्या वातावरणात संपन्न झाली. (मला हे सांगायलाच हवं की, अनंतरावांशी या कथेबाबत केलेला 'कच्चा' करार हाच पहिला व शेवटचा करार ठरला. कारण प्रकाशकापेक्षा अधिक 'पक्की' नाती माझी-त्यांची या कथेनं जुळून आलीत.)

पुस्तकाच्या छपाईला सुरुवात झाली. पुस्तकात प्रत्येक निवेदक व्यक्तिचित्रांच्या प्लेट्स टाकायचं ठरलं. या कथेशी माझे भावधागे सखोल गुंतलेले होते. चित्रप्लेट्स, प्रसिद्ध चित्रकार दीनानाथ दलाल मुंबईत रेखणार होते. प्रत्येक चित्राचा मुंबई-पुणे-

कोल्हापूर असा प्रवास होत होता. हट्टीपणानं मी चित्रांसोबत अनंतरावांना बारीक-सारीक सूचना करीत होतो. ते कमी वाटलं म्हणूनच की काय थेट दलालांनाच पत्र लिहून, कोल्हापुरात बसून मुंबईत त्यांचंही डोकं खात होतो. अनंतरावांना याचं काहीच वाटत नव्हतं, कारण माझ्यापेक्षा कथेच्या प्रकाशनाच्या उत्साहानं तेच अधिक भरले-भारलेले होते! कुंतीपोटी जन्मलेला कर्ण, राधेच्या हाती गेला होता; तशीच त्याची कथा माझ्या हातून अनंतरावांच्या हाती गेली होती आणि जसा राधागृही कर्ण सागवृक्षासारखा भरीचा उमदा झाला होता तशीच त्याची कथा अनंतरावांच्या देखरेखीखाली भरदार होत होती.

पुस्तक अनंतरावांनी दिल्या विश्वासाप्रमाणं देखण्या रूपात सिद्ध झालं. सदुसष्टच्या गणेश चतुर्थीला त्याचं अगदी घरगुतीपणे अनंतरावांच्या 'शारदा प्रसाद' या निवासात, अण्णांच्या (गदिमा) हस्ते पूजन झालं. जेवण वगैरे झाल्यावर अण्णा, आर्के, मी, अनंतराव पान जमवीत त्यांच्या घरी बैठकीत बसलो होतो. पानपाठीला चुना फासत गदिमा म्हणाले, ''अनंतराव, पुस्तकाचं पूजन बाकी ब्येस केलं तुम्ही. कसली डांगडिंग नाही, गाजावाजा नाही. अगदी साधं, घरगुती.''

जमलं पान जबड्यात ठेवीत अनंतराव हसत म्हणाले, ''अण्णा, हे कितीतरी वर्षांनी पहिलं पूजन आहे गणेशमूर्तीचं या वास्तूत!''

''म्हणजे?'' अण्णा चमकलेच.

''फार वर्षं झालीत. गणेश नाही पूजला जात आमच्या घरी!'' अनंतराव बोलून गेले. (अनंतराव गणेशाच्या सासुरवाडीकडचे असावेत. सरस्वतीची मानमुद्रा त्यांनी त्यासाठीच कॉन्टिनेंटलला दिली असावी!) पूर्वी कधीतरी गणेश चतुर्थीलाच त्यांच्याकडं काही अनिष्ट घडलं होतं.

व्यवहारदक्ष प्रकाशक, क्रिकेटचा जातीवंत चाहता, नारायणगावच्या सबनीस विद्यालयात तन, मन, धन असं जिव्हाळ्यानं प्रेम पुरविणारा शिक्षणप्रेमी, समाजाचा मानसिक, ऐहिक तुंबा करणाऱ्या अनेक समस्यांवर सडेतोड बोलणारा चिंतक, अनंतरावांच्या व्यक्तिमत्त्वाला असे अनंत पैलू आहेत. त्या सर्वांतून मला प्रकर्षानं जाणवलं आहे ते अनंतरावांचं स्वभाववैशिष्ट्यच फारच गमतीदार व अतिशय वेगळं आहे. संपूर्ण जीवन हेच 'कुटुंब' मानून हा माणूस त्यात जाणत्या कर्त्याच्या भावानं वावरत आला आहे. हे एका वाक्यात लिहायला व वाचायला सोपं आहे; पण त्याचा जरा जरी सखोल विचार केला तरी असं काही क्षणांकरिता जगणं- वावरणं केवढं कठीण आहे ते कळून येईल.

यावरूनच अनंतरावांचं त्यांच्या कुटुंबातलं चित्र कसं असेल याची सहज कल्पना कुणालाही करता येईल. त्यांच्या प्रकाशनाच्या व्यापापेक्षा त्यांच्या घरातील 'खासेपण' मला अधिक मोहवून गेलं आहे. अनंतरावांचं घर हे डेरेदार आंब्याच्या

झाडासारखं आहे! अनंतराव हे भक्कम खोड, ऊन-वारा-गारा खात मध्यभागी उभं आहे. मनोमन त्याची स्पष्ट जाण असलेल्या सर्व लहानथोर फांद्या त्याला बिलगून भोवती डुलताहेत. या झाडानं अंगचुकारी न करता हंगामपरत्वे अंगभर मराठमोळ्या मायेचा, अगत्याचा मोहोर फुलविला आहे. स्नेहाची शांत-शीतल छाया अनेकांवर बरसवली आहे. जिव्हाळ्याची रसबाळी, रंगवैभवी फळं दुहाती कैकांना खिलवली आहेत. 'प्रकाशन' हा केवळ 'व्यवसायच' नाही तर ते नक्कीच एक 'व्रत' आहे असं म्हणणं आजकाल धाडसाचं ठरेल; पण 'शारदाप्रसादात' वावरणाऱ्या 'कॉन्टिनेंटलकरांना' बघताना तसं बिनदिक्कत म्हणायला मला मुळीच हरकत वाटत नाही.

गेली चाळीस वर्षं कथा-कादंबरीकार, कवी, खऱ्या शब्दार्थानं विचारवंत, नाटककार, शिक्षणतज्ज्ञ, अक्षरश: असंख्यांनी कॉन्टिनेंटलच्या 'बॅनरखाली' लेखण्या फुलविल्या. त्यातील फारच थोड्यांना माहीत असेल की ही एवढी शब्दसृष्टी घुसळणारा माणूस कसल्या फुफाट्यातून गेला आहे! एक काळ अनंतरावांनी याच पुण्यात असंही आभाळ माथ्यावर पेललं आहे की, रोजी अठरा अठरा मैलांची सायकल रपेट करणाऱ्या जिद्दी तरुणाच्या रूपात त्यानं अनंतरावांना पाहिलं आहे. कपाळाचं पाणी ढाळून परिश्रमानं उभं केलेलं कॉन्टिनेंटलचं स्वप्न, बासष्ट साली पानशेतच्या पाण्याबरोबर वाहून जाताना या माणसानं पाहिलं. जिद्दी काळजाचंही पाणी पाणी व्हावं अशी ही जलापत्ती अनंतरावांनी पाणीदारपणानं पेलली. या मनाला झळझळीत पैलू पडले आहेत ते परिस्थितीच्या असल्या चटकेदार छिन्नीनं!

अनंतरावांचं क्रिकेटसारख्या खेळावर केवढं प्रेम असावं? एकदा सव्वीस जानेवारीला पिंपरीच्या अँटिबायोटिक्सच्या पेनिसिलीन फॅक्टरीनं पुण्यातील लेखक-प्रकाशकांना आवतन दिलं. योगायोगानं मी त्या वेळी कोल्हापूरहून पुण्याला आलो होतो. ठरल्याप्रमाणं अनंतरावांना भेटायला गेलो. ते सर्वांत अगोदर म्हणाले, 'चल. येतोस क्रिकेट खेळायला पिंपरीला?' त्यांच्या आग्रहानं पंचवीस एक लेखक-प्रकाशकांच्या तांड्यातून मीही गेलो पिंपरीला. त्या क्रिकेटचमूत श्री. ज., ग. वा., श्रीपाद जोशी, वि. ग., विद्याधर पुंडलीक अशी मंडळी होती. बॅटिंग करताना अनंतराव या वयचोर खेळाडूचा पाय मुरगळला! दीड महिना ते घरात बंदिवान झाले. कुठल्याही खेळावरचं निकोप प्रेम हे माणसाला एकूणच जीवनाकडं खिलाडूपणानं बघायला शिकवतं. रणजित देसाई हे अनंतरावांचे आवडते लेखक या काळात पुण्यात आले होते. नुकत्याच हिंडू-फिरू लागलेल्या अनंतरावांना ते कुठंतरी भेटले. सहज म्हणाले, ''अनंतराव, येताय का इंग्लिश सिनेमा बघायला?''

''पण रणजित, मला खुर्चीवर धड बसताही येत नाही.'' अनंतरावांनी अडचण सांगितली.

"त्यात काय! आपण पुढच्या खुर्चीचं तिकीट काढू. तिच्यावर पाय सोडून बसा आरामात!" राजे बोलून गेले आणि खरोखरच दोघांनी तो चित्रपट तसा पाहिला!

अनंतरावांना दोन चिरंजीव आहेत. मी त्यांना 'धाकली पाती' म्हणतो. या धाकल्या पातीचा दुसरा नंबर रत्नाकर हा ठाऽर क्रिकेटवेडा आहे. जेवणाच्या टेबलावर त्याच्या आणि अनंतरावांच्या चाललेल्या पैजा ऐकणीय असतात! 'बेदीला कप्तान करतील की नाही? इंजिनीयर हा दौरा खेळेल की नाही? अंशुमान भारताचा नवा 'फाइंड' आहे की नाही? या विषयांवर चाललेली त्यांची इरेसरी ऐकताना तिऱ्हाइताला खरंसुद्धा वाटायचं नाही की हे 'बाप-बेटे' आहेत! विशेषत: अनंतरावांनी म्हणावं की, 'बाब्या, हा सामना भारत जिंकणार.' त्यावर खरकटा हात उडवीत रत्नाकर जेव्हा म्हणतो, 'छोडो बाबा! जिंकायची बातच नाही- 'ड्रॉ' करा म्हणावं लेको! आपली बेट.' त्यावेळी गंमत वाटते.

माणूस 'पटला' व 'आपला मानला' की या कॉन्टिनेंटलकरांना त्याचं केवढं वाटावं! शंकरराव खत्री हे अनंतरावांचे जुने मित्र त्यांच्या घरातच राहतात. सगळं कुटुंब त्यांना 'शंकरभाऊ' म्हणतं. खत्री 'क्षत्रीय' समाजाचे पण या घरात वावरताना कराड-सातारकडील चक्क 'देशस्थ' वाटतात!

पुरुषाला बायको चांगली मिळणं हा दैवयोग आहे. 'चांगली' या शब्दाला अनेक छटा आहेत. तिचं 'असणं' घर व्यापून टाकणारं वाटावं. क्षणभर जरी ती नसली तरी घराला ओकेपणा यावा. अनंतराव या बाबतीत भाग्यवान आहेत. भिंतीला जसा रंग एकजीव होतो तशा सौ. वहिनी शारदाप्रसादाला एकरूप झाल्या आहेत. आग्रही मताचा कुठलाही लवलेश त्यांच्या बोलण्यातसुद्धा उमटत नाही. त्यांच्या हसण्यातच आतिथ्य वाटावं एवढं ते, भुईचाफ्याच्या फुलल्या फुलागत सहज आहे. खऱ्या अर्थानं त्या शारदाप्रसादातल्या 'वीणा' आहेत!

अनंतराव सहसा रागावत नाहीत. त्यांचा तो स्वभावच नाही. 'तीव्र नाराजी' हे त्यांच्या संतापाचं अत्युच्च टोक. अशा वेळी फार चमत्कारिकपणे त्यांच्या कपाळीचं कातडं आक्रसतं. स्वत:ला विसरल्यागत 'फुल्ल-फॉर्ममध्ये' त्यांना रागावलेलं बघितल्याचं मला तरी आठवत नाही. मात्र ही त्यांनी व्यवसायासाठी पत्करलेली सोय वाटत नाही, तर तो त्यांचा स्वभावच वाटतो हे विशेष.

यशासारखं दुसरं यश नाही असं म्हणतात. या माणसाला यशाचंच भान नाही हे महत्त्वाचं. प्रकाशन व्यवसायात न जाणवेल असे एकमेकांचे पंख छाटणं हे एक 'कसब' मानलं जातं! प्रकाशकही डोळ्याआड चांगलं बोलतात असा अनंतराव एक प्रकाशक आहे. त्याचं कारण 'पंखछाटीच्या' उद्योगात ते कधी उतरले नाहीत. आपल्या पंखांपर्यंत त्यांनी कुणाचे हात पोचू दिले नाहीत. याचा अर्थ शब्दब्रह्माच्या

या अफलातून व्यवसायात काठावर राहून 'अलिप्त बघ्याची' भूमिका त्यांनी, भारतातील सिंधी निर्वासितांसारखी स्वीकारली असाही नव्हे. इथे मराठीचिये मुलुखात घडणाऱ्या लहानथोर हालचालीत त्यांनी सक्रिय व सुजाण भागच घेतला आहे. साहित्य परिषदेची कार्यकारिणी असो, कॅ. लिमये पारितोषिक समिती असो, महाराष्ट्र विद्यापीठ ग्रंथ निर्मिती मंडळ असो, साहित्य संमेलन असो, ललित पारितोषिक समिती असो पडेल ती जबाबदारी त्यांनी सानंद स्वीकारून 'जबाबदार' म्हणूनच पार पाडली आहे. कुठल्याही मंडळावरील अनंतरावांच्या नियुक्तीबद्दल 'वादंग' जन्माला आलं असं कधी घडलेलं नाही.

यासाठी बहुतांच्या विश्वासाला आणि प्रेमाला पात्र होणारी एक अंगभूत गुणवत्ता लागते. याबद्दल मला, घडून गेल्यानंतर बऱ्याच दिवसांनी कळलेला एक प्रसंग सांगितल्याशिवाय राहवत नाही. त्यावर्षी अनंतराव ललित मासिकद्वारा दिल्या जाणाऱ्या पारितोषिक समितीचे एक सदस्य होते. समिती पाच जाणकारांची होती. स्पर्धेसाठी 'मृत्युंजय' चर्चेला आलं. अनंतराव या पुस्तकाचे जगजाहीर प्रकाशक! कल्पना नसताना या निवडीत त्यांची कसोटी बघणारा क्षण आलाच! पुस्तकाला अनुकूल दोन व प्रतिकूल दोन अशी मतं पडली. पाचवं मत अनंतरावांचं होतं! पुस्तक आवडलं म्हणून तर त्यांनी हजारो रुपयांचा व्याप उभारून छापलंय हे सांगायला काही न्या. छगलांची आवश्यकता नव्हती! अनंतरावांनी आपलं मत नोंदवलं असतं तरी ते इतर सदस्यांना मुळीच खटकलं नसतं पण नाही...या बहाद्दरानं आपलं मत 'तटस्थ' जाहीर केलं! प्रसंग तसा साधाच आहे पण त्यांच्या मनाची घडण सांगणारा नि:संशय आहे.

सहज म्हणून ते एकदा कोल्हापूरला आले होते. माझ्या घरी चहा वगैरे झाल्यावर म्हणाले, 'चला राजे, चक्कर टाकून येऊ' आम्ही बाहेर पडलो. गाडीचं चक्र हाती घेऊन पाच दहा मिनिटं झाली नाहीत तोच त्यांनी प्रश्न केला. "शिवाजीराव, कोल्हापुरात चांगला सराफ आहे का माहितीचा?"

मी त्यांना माझ्या माहितीच्या खात्रीलायक सराफाच्या कट्ट्यावर आणलं. तिथून त्यांनी पारखून दहा-वीस अंगठ्यांतून एक शानदार अंगठी निवडली. कसलीही घासाघीस न करता तिचं बिल दिलं. आम्ही कट्ट्याबाहेर पडलो.

"राजे, राजारामपुरीचा रस्ता सांगा." गाडी चालविताना ते म्हणाले, मी त्यांना विचारलं, "तुम्हाला जायचंय कुणाकडं?"

"आलोय तसं भाऊसाहेबांना भेटावं म्हणतो." त्यांनी बेत खुला केला.

मी त्यांना भाऊसाहेब खांडेकरांच्या 'नंदादीप' बंगल्यासमोर आणलं. भाऊसाहेबांना त्या वेळी दिसत नव्हतं. तरीही निरोप आत जाताच ते काठीचा आधार घेत बाहेर आले.

“मी अनंतराव, भाऊ.” म्हणत अनंतरावांनीच हाताला धरून भाऊसाहेबांना खुर्चीत बसतं केलं. इकड-तिकडच्या सादिलवार गप्पा झाल्या. आम्ही जायला म्हणून उठलो.

“येतो आता भाऊ.” म्हणून कोटाच्या खिशातली अंगठीची डबी काढून भाऊसाहेबांच्या हातावर ठेवीत अनंतराव त्यांच्या पाया पडले.

“हे काय?” भाऊसाहेबांनी विचारलं.

“काही नाही. ठेवा. असू दे” म्हणत अनंतराव बाहेरही पडले. घटना साध्या असतात पण त्या संबंधित माणसाच्या मनाचा आरसा दाखवितात! धन जोडावे ‘नेटके’ आणि खर्च करावे ‘व्यवहारे’ हे सर्वांनाच जमते असे नाही.

‘अस्ताव्यस्त समस्त वस्तूंचा सुस्त मालक तो देशस्थ’ अशी एक आवडती कोपरखळी नेहमीच देशस्थांना टोचण्यात येते. अनंतराव देशस्थ आहेत. त्यांचं घर, कार्यालय, त्यांचे, त्यांच्या घरच्या सर्वांचे कपडे, रपेटीची गाडी सर्व अस्सल नेटक्या अमेरिकन माणसालाही लाजवील असं आहे!

जातिवंत चित्रकार हाती कुंचला कसा खेळवितो त्यावरून पटकन ताडता येतो. पट्टीचा क्रिकेटवीर क्रीजवर स्टँड घेताना ज्या पद्धतीने बॅट उठवितो, टेकवितो त्यावरून पारखता येतो. अगदी गावरान भाषेत सांगायचं तर हाडाचा धनगर ज्या चलाखीनं मेंढराचं कनोट चापसून त्याचं मोल करतो त्यावरून जोखता येतो. प्रकाशक कसा ओळखायचा? ललित साहित्याचं असो, क्रमिक असो वा एखाद्या क्लिष्ट विषयावरचं जड व जाड पुस्तक असो, ज्या पद्धतीनं अनंतराव हे हाताळतात ते थोडा वेळ निरखलं तरी प्रकाशक पारखायची ठिगळं गवसायला हरकत नाही. चवीचा पत्तेबाज पत्त्यांचा दस्त फर्रकन सर्व पत्ते हलवीत अंगठ्यानं पानं खुली - खेळती आहेत का हे तपासून बघेल, तसं अनंतराव हाती आलं की कोरं पुस्तक अंगठ्यानं फरारवीत चाळतील. (माझा आपला समज आहे या चाचणीतून ते प्रेसचं पृष्ठकटाईचं काम ताडून बघत असावेत!) कामाचा उरक करण्यात गढलेली मुंबईची गरती चाळकरी चपळ बाई तव्यावरची पोळी जशी चटाचट परतेल तसे अनंतरावांचे हात पुस्तक पालथं, आडवं नाचवितात तेव्हा मला तर हाताच्या खुणा करून गोंधळी भाषा उलगडणाऱ्या गोंधळ्याचीच आठवण होते! त्यांचा आपला पुस्तकाबाबतचा एक सिद्धान्तच आहे. ‘पुस्तक हातात घेतलं की त्याच्या रूप-स्पर्शाबरोबरच वाचकाच्या मनात आत काय असेल ही जिज्ञासा जागली पाहिजे!’

हे जसं ‘पुस्तक’ या मानवी मनावर परिणाम करणाऱ्या शब्दयंत्राबद्दल त्यांचं तत्त्वज्ञान आहे; तसंच शुद्ध यंत्राबद्दलचंही एक तत्त्वज्ञान आहेच. विशेषतः वाहतुकीचं यंत्र हे ‘निर्जीव’ असलं तरी ‘सजीवांना’ वाहून नेणारं साधन असतं हे फार थोड्यांच्या विचारात असतं. फार दिवसांपूर्वी त्यांनी आपल्या गाडीवर नवा ड्रायव्हर नेमला

होता. आम्ही दोघे पाठच्या सीटवर बसलो होतो. नेहमीच्या साहित्याच्या गप्पा चालल्या होत्या. अनंतरावांचं बोलता बोलताही ड्रायव्हरच्या हालचालीवर बारीक लक्ष होतं. त्याचा फर्स्ट गिअर पाहिजे तसा पडत नव्हता. माझ्याशी बोलता बोलताच अनंतराव त्याला समज देत होते, 'फर्स्ट नीट घे.' हे दोन तीन वेळा झालं. माझ्याशी ते बोलत होते असं म्हणायचं झालं. चौथ्या वेळेलाही ड्रायव्हरचा फर्स्ट-गिअर नीट पडला नाही. झालं. अनंतरावांनी त्याला चक्क थांबायला सांगितलं. म्हणाले, "तू मागं बैस! गिअर कसा टाकायचा नीट बघ. आवाज कसा येतोय. 'खर्रर्र' असा?" मागचं दार उघडून ते बाहेर पडले. ड्रायव्हरला पाठच्या सीटवर बसवून स्वत: 'चक्रधर' झाले. मागं बसलेल्या ड्रायव्हरला पुन्हा पुन्हा 'फर्स्ट' कसा 'सहज' पडला पाहिजे ते समजावून सांगू लागले. हे 'कुलकर्णी मोटार ड्रायव्हिंग स्कूल' पाच मिनिटांत निर्माण झालं आणि लागलीच संपलंही!

अशा चोखंदळ माणसाच्या आणि त्यातून देशस्थाच्या नजरेतून खाण्याच्या पदार्थातील 'चव' कशी सुटेल? जेवणाच्या टेबलावर अनेक ताजे पदार्थ असताना अगदी सहज अनंतराव वहिनींना म्हणतात, 'अगं, बाजरीची भाकरी आहे काय?' वहिनींनी पेश केलेली, शेवाळी रंगाकडं झुकणारी बाजरीची भाकरी हमखास 'शिळी' असणार हे ठरलेलं! शिळी बाजरीची भाकरी, भरली वांगी वा लसणाच्या चटणीबरोबर काय लज्जतीची लागते हे पु. लं. सारख्या खऱ्या खवैय्यालाच कळेल! जेवणावर 'पान जमविणं' हा तर देशस्थांचा ब्रह्मानंद! शारदाप्रसादातल्या पानदानाच्या तबकात एका पुदिन्याच्या अर्काशिवाय सर्व 'पानसाज' मौजूद असतो. (पुदिन्याचा अर्क का नाही हे मलाही कळलेलं नाही.)

'रसिकता' ही पैदा करायची बाब नव्हे. ती जिवाबरोबर जन्मावीच लागते. कॉन्टिनेंटलचा साधा वर्धापनदिन असो. समस्त कॉन्टिनेंटलकर त्यादिवशी 'होस्ट' झालेले असतात. प्रकाशनाची वास्तू प्रशस्त आहे. पण नाही. लेखक, कवी, नाटककार, मुद्रक, वार्ताहर यांचा तांडा गच्चीवरच जमा होणार. चवदार आंबा आईसक्रीम खात एकमेकांची हालहवाल पुसणार. आलेल्या प्रत्येक जिवलगाच्या हाती, जाताना गुलाबाचा टपोरा गेंद पडणार. मनगटावर सुगंधी अत्तराचा फाया फिरणार. भाषणबाजी नाही, हारतुरे नाहीत असाच मोकळ्या हवेत-मोकळ्या मनी आजवर कॉन्टिनेंटलचा वाढदिवस साजरा झाला आहे. त्यामागं अनंतराव हा 'पडद्याआडचा कलाकार' असतो हे सर्व जण जाणून असतात.

प्रत्यक्ष 'करणं' यापेक्षा 'करवून घेणं' फार अवघड असतं. कारण माणूस म्हणजे काही 'पाटाचं पाणी' नसतं! दिली वाट वळवून की चालला मनाजोगा. प्रकाशकाला अपरिहार्य म्हणून 'करवून घेण्याचा' कसबी गुण अंगी असावा लागतो. या व्यवसायात संबंध येतो तोच मुळी लेखक, चित्रकार, मुद्रक अशा लोकांचा.

यातला कुणीच कधीही 'होयबा' व्हायला तयार नसतो. जे आपणाला नेमकं हवं ते त्यांना पटविणं सोपं नसतं. खास करून लेखकाला त्याच्या लिखाणातला मजकूर 'छाटायला' सांगणं हे कर्मकठीण. ज्या सहज लाघवीपणानं अनंतराव हे अवघड ऑपरेशन करतात ते समजून घेणं फारच गमतीचं आहे.

माझाच एक जिवंत अनुभव या संदर्भात नोंदण्यासारखा आहे. कोल्हापूरच्या टुरिस्ट हॉटेलात त्या वेळी अनंतराव उतरले होते. मला त्यांचा फोन आला- 'मृत्युंजयाची छपाई आवरत आलीये. तुम्ही जरा टुरिस्टवर येताय का? बोलायचंय. इथं निवांत बोलता येईल.'

मी गेलो. रिवाजाची ख्याली-खुशालीची बोलणी होताच अनंतरावांनी मुद्याला हात घातला, ''मला वाटतंय राजे, वृषाली जाते तोच कथेचा शेवट परिणामकारक आहे. तिथंच कथा संपावी.''

''पण पांडवांकडून कर्णाला न्याय मिळतो असा महाभारतीय संदर्भ आहे. युधिष्ठिराला, कुंतीच दृषद्वतीच्या काठी कर्णासाठी तर्पणाची एक ओंजळ अर्पायला श्रीकृष्णामार्फत सांगते. मला वाटतं तो क्षण, एवढं सोसलेल्या नायकाला देणं अटळ आहे.''

''करायची आहे काय युधिष्ठिराची ओंजळ? इथं घायाळ वाचकानं केव्हाच अर्पण केल्येय त्याला अश्रूंची ओंजळ!'' नानी पालखीवाल्यांसारखं अनंतराव जवळ जवळ एक तासभर सगळं जिव्हाचातुर्य जिद्दीनं पणाला लावीत होते. मी काही हटायला तयार नव्हतो. शेवटी वैतागून ते म्हणाले, ''काय पाहिजे तुम्हाला? हाच शेवट? एवढी पानं छापलीत, आणखी पंचवीस छापणं जड नाही वाटत मला. ती निरर्थक ठरणार. तुम्हीच विचार करा.''

ही मात्रा मला लागू पडली! काही क्षणांनी मीच म्हणालो, ''ठीक आहे. संपू द्या कथा वृषालीवर! पण पांडवांची बंधुहत्येची वेदना कुठंतरी तरळायला हवीच.'' आणि हस्तलिखिताची शेवटची पंचवीस एक पानं आम्ही काढून घेतली.

व्यवसायात ही अशी अचूक तर्ककठोरता वापरणारे अनंतराव खाजगीत तेवढेच हळवे आहेत. बेबी ही त्यांची एकुलती कन्या. एकुलती म्हणूनच नव्हे तर एकूणच ती अनंतरावांची लाडकी. (याबद्दल ते कधीच कुणाला बोललेले नाहीत. पण मी मनोमन एक अंदाज बांधलाय- आपल्या हरवल्या आईलाच ते बेबीच्या रूपात बघत आले असावेत.) काही वर्षांपूर्वी बेबीचं पुण्यात लग्न झालं. मी अर्थातच त्या लग्नाला उपस्थित होतो. बेबीच्या गळ्यात लग्नमाळ पडली. ती आपल्या जीवन-सोबत्यासह सप्तपदी फिरू लागली आणि अनंतराव झटकन हॉलच्या एका कोपऱ्यात झाले. त्यावेळची त्यांची चर्या मी कधीच विसरणार नाही. एखाद्या गोल, स्वच्छ, बिलोरी आरशावर दहिवर दाटावं तसा तो दिसत होता. मुलगी सासरची

झाली यापेक्षा काहीतरी 'खास' हरवल्याची स्पष्ट खूण त्यावर दिसत होती.

सूर्याचं नदीच्या डोहात पडावं तसं बापाचं मुलाच्या जीवनात प्रतिबिंब पडलंय असं फार थोड्यांच्या बाबतीत घडतं. कधी कधी हे बिंबच देखणं ठरावं असा निसर्ग संकेतही असावा! अनंतरावांचा वडील मुलगा अनिरुद्ध हा तसा ठरावा अशा व्यक्तिमत्त्वाचा आहे. एक तर तो अनंतरावांच्या, म्हणजे गेल्या पिढीच्या अनुभवी खांद्यावर उभा आहे. नावाप्रमाणे अडथळा नसलेलं जीवन त्याला नि:संशय लाभलंय आणि त्यानं त्याचा विचारपूर्वक उपयोग केला आहे. मी अनिरुद्धला 'फिलॉसॉफर' म्हणतो. कुठल्याही विषयावर तो अनंतरावांशी स्पष्ट व रोखठोक बोलतो. हे आताशा काही विशेष वाटावं असं नाही. पण असं रोखठोक बोलतानाही अनिरुद्धच्या मनातील बाबांविषयीचा अपार आदर फक्त जाणत्यालाच जाणवावा अशी त्याची अकृत्रिम सहज भाषा असते. बापाचं पादत्राण मुलाच्या पायात नेटकं बसायला लागलं की जे ओळखावं ते अनंतरावांनी ओळखलंय. आताशा ते 'निवृत्तीची' स्पष्ट भाषाही बोलतात. आपलं 'पादत्राण' उतरून त्यांनी ते अनिरुद्धसमोर ठेवलंही आहे. ते 'पादत्राण' मानून त्यात अनिरुद्ध कधीच पाय चढविणार नाही. त्याच्या दृष्टीनं त्या 'पादुका' आहेत! आणि गंमत म्हणजे हे दोघेही अंतर्यामी जाणतात!

पुस्तकांचा एवढा प्रपंच सांभाळीत असताना, 'सज्जनगडावर जाऊन एक पंधरा दिवस दासबोधाचं मनाजोगं पठण करायची इच्छा आहे राजे!' असं म्हणणारा कर्ता वडीलधारा मुलगा अनंतरावांना लाभलाय हे त्यांचं कुणालाही हेवा वाटावा असं भाग्यच नाही काय? बाप आणि मुलगा जेव्हा एकमेकांचं नातं क्षणभरही न विसरता एकमेकांच्या खांद्यावर हात टाकत जीवनाची वाटचाल करतात आणि तीही पावला-पावलाला भेटणाऱ्या, कलावंतांशी संबंधित असलेल्या व्रतवत व्यवसायाची तेव्हा ते चित्र नुसतंच 'देखणं' नसतं तर 'दुर्मीळही' असतं!

अजातशत्रुत्वाची एक अत्यंत नकारात्मक कल्पना आपण नेहमीच वापरतो. ती अशी की, 'ज्याच्याबद्दल त्याच्या पश्चात कुणीच 'वाईट बोलत नाहीत' तो अजातशत्रू!' ती सकारात्मक बघायची असेल तर अशी की, ज्याच्याबद्दल त्याच्या पश्चात सर्वच चांगलं बोलतात 'तो अजातशत्रू!' अनंतराव दुसऱ्या अर्थानं 'अजातशत्रू' आहेत. आनंद मुद्रणालयाचे जोशी असोत, कल्पना मुद्रणालयाचे चिं. स. लाटकर असोत, चित्रकार अनंत सालकर, सुभाष अवचट वा कै. दलाल असोत, समीक्षक पु. ग. सहस्रबुद्धे, श्री. के. क्षी. वा एस. एस. भोसले असोत एवढंच काय पण कधीकाळची त्यांची ड्रायव्हरची नोकरी सोडून गेलेला नायडू असो, सर्व जेव्हा अनंतरावांबद्दल जिव्हाळ्यानं बोलतात तेव्हा या अजातशत्रुत्वाची खूण पटते.

माणसाचं जीवन 'कृतार्थ' वगैरे होणं ही निखळ अध्यात्माची भाषा आहे. आपल्या एका छोटेखानी जीवनात माणूस अधिकाधिक करण्याचा नेहमीच प्रयत्न

करीत असतो. निसर्गानं दिलेलं जीवनाचं माप भरण्याआतच असंख्यांचा दम उखडतो. ते पुरतं भरून पावतं करणं जमलं तर कैक 'सुटलो एकदाचा' म्हणून मोकळे होतात; पण निसर्गानं दिलेलं जीवनाचं माप शिगोशीग भरून त्याला परत पावतं करून शिवाय- 'हा एक लाभाचा' असं म्हणण्याचं बळ ज्याच्यात येतं त्याचं जीवन 'सार्थकी' लागलं! असं 'सार्थकी' वाटेवरचं जीवन अनंतरावांना लाभलं आहे.

एक लेखक म्हणून त्यांच्या माझ्या दरम्यान सांगावेत असे अनेक प्रसंग आहेत; पण 'माणूस' म्हणून त्यांच्या संदर्भात सांगावासा एक भावस्पर्शी प्रसंग आहेच आहे.

गेल्या जानेवारीत माझी वृद्ध मातोश्री निवर्तली. त्या प्रसंगी असंख्यांची सांत्वनाची पत्रं आली. अनंतरावांचं पत्र वाचत असताना मला मात्र वाटलं की ते प्रत्यक्षच समोर उभे राहून बोलताहेत. पत्राची भाषाच तशी होती. किंबहुना ती भाषा नव्हतीच. ते स्फटिकासारखे भाव होते. पत्रात मोजक्या शब्दांत त्यांनी लिहिलं होतं-

'प्रिय राजे,

स्वतःला पोरके मानू नका!'

नेहमीसारखं पत्रात- 'प्रिय राजे' खाली 'स. नं.' नव्हतं. ते पत्र वाचताना मला प्रकर्षानं जाणवलं की, कधीतरी एका निसटत्या क्षणी मी त्यांना म्हणालो होतो, त्याच नावानं त्यांना पत्र लिहीत आलो होतो- तो क्षण आठवता का आठवत नाही? कसा आठवावा? मी त्यांना असंच कधीतरी अनाम-अनोख्या क्षणी म्हणालो होतो-
'भैय्यासाहेब!'

■

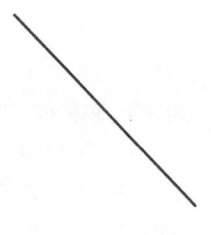

अण्णा

होळी पुनवेचा थाळ्याएवढा चांद निकोप आभाळात तळपत असायचा. सगळे आजरेकर, ऐनाच्या उंच होळीसमोर रचलेल्या शेणी-लाकडांच्या हुडव्याला चूड द्यायला होळीचौकात जमलेले असायचे. अंगी खाकी हाफ पँट, पांढरा हाफ हातोप्यांचा शर्ट अशा अडगर वयात, होळी चौकातून आभाळीच्या चंद्राचा रसरसलेला, फुलवा बघताना त्या वेळी नकळतच मी गुणगुणायचा-

'पुनवेचा चांद गुंडगोळा-

दडला झाडीत, दडला झाडीत.'

त्या वयातही या ओळीतील 'गुंडगोळा' शब्द मला भुलावण देऊन गेला होता. हा 'गुंडगोळा' शब्द चक्क कानडी आहे. तेव्हा जचणारं काही ऐकलं की, आपोआपच पाठ व्हावं अशी खोड नकळतच लागली होती. त्यामुळंच शब्दांच्या लयदार, ठेकेबाज तालामुळं असेल- 'लाडे लाडे आले मी मोहना' हे गाणं आपोआपच पाठ झालं होतं.

तेव्हा काहीच कल्पना नव्हती की, अशी रेडिओ, ग्रामोफोनवर लागणारी रसवंत गाणी 'लिहिणारी' म्हणूनही कोणी एक असामी असते! तिला 'कवी' म्हणतात. आज अण्णांशी- गदिमांशी साहित्य, सिनेमा, नाटोक (हा अण्णांचाच खट्याळ शब्द), समाजकारण अशा विषयांवर मनसोक्त दिलखुलास गप्पा छाटताना त्यांची अशी जुनी गाणी पहिल्यानं ऐकली ते क्षण; प्राजक्तफुलांवर हिवाळी पहाटवाऱ्यावर थरथरत दहिवरासारखे जिवंत होऊन उभे राहतात.

रोजानाच्या आपल्या जीवनात तशी अनेक माणसं आपल्याभोवती वावरत असतात पण अल्लाद, हळुवार शब्दांनी हृदयांच्या तारा झणत्कारून सोडणारा कवी, फुलल्या सावरीच्या झाडावरून तरंगत, हेलकावे खात येणाऱ्या मनमौजी म्हातारीसारखी मुलायम सुरावट उठवून कानांचं पारणं फेडणारा गायक, आपल्या

शब्दसामर्थ्यावर वाचकाचं मनगट पकडून कथानकाच्या अलिबाबाच्या अद्भुत गुहेत त्याला नेऊन सोडणारा लेखक, क्रीडांगणातील हिरवळीच्या अंगावरही काटा उमलावा असा लीलया दमदार षटकार ठोकणारा क्रिकेटवीर यांना आपण प्रत्यक्ष पाहिलेलं नसलं तरी ते केव्हाच आपले झालेले असतात. बडी चोरलबाड असतात ही माणसं! मनाच्या 'रिझर्व्ह कंपार्टमेंटमध्ये' कुठलंही तिकीट न काढता, कसलीही जाणीव न देता ते हक्कानं विराजमान झालेले असतात. असंख्यात मराठी माणसांच्या अंतरंगातील, गीत रामायणकार म्हणून असो, भावुक कवी म्हणून असो, सिनेपटकथालेखक म्हणून असो, लेखक-वक्ता म्हणून असो वा बावनकशी मराठमोळा माणूस म्हणून असो अण्णांनी 'रिझर्व्ह कंपार्टमेंट' जिंकलाय हे रामाच्या एकवचनाएवढं स्पष्ट सत्य आहे!

कुठल्याही ललितकलावंताचं जीवन हे बिळाच्या तोंडाशी दिसणाऱ्या तजेलदार नागाच्या ढंगदार फण्यासारखं असतं! त्याचे वाऱ्याच्या एवढ्याशा झुळकेचाही माग घेणारे पुष्कर खड्यांसारखे डोळे ॐकाराची आठवण देणारा फणीवरचा दशकी आकडा, अखंड चैतन्याची चाहुल देणारी दुपेडी जीभ, सगळं देखणेपण जगाला स्पष्ट दिसत असतं पण-पण त्यानं जीवनाच्या अंधाऱ्या बिळात गाडून घेतलेला उभ्या शरीराचा उर्वरित पाऊण हिस्सा जगाला कधीच भावत नाही! त्याच्या दडल्या शरीरात, मनात खुपणारे खडे-सलणारे काटे जगाला कधीच दिसत नाहीत! दिसूही नयेत!

ज्यांनी 'मंतरलेले दिवस' हे अण्णांचं पुस्तक बघितलं असेल त्यांना थोडीफार कल्पना येईल की, जीवनाच्या कसल्या फुफाट्यातून चालत ते पंचवटीपर्यंत पोचलेत. 'टाकीचे घाव सोसल्याशिवाय' हे म्हणायला ठीक आहे. कारण ते घाव घालणाऱ्या हातामागं एक प्रतिभावंत, सुजाण हात असतो, पण कसलाच अंदाज करता येणार नाही असे स्थिति-वास्तवाचे चटके-चपेटे ज्याला बसतात त्याची जडण-घडण व्हायचीच मुळात शक्यता नसते; झालीच तर ती कडवटच व्हावी अशी वस्तुस्थिती असते. अण्णांच्या रूपानं आज आकाशीच्या झगमगत्या तारकांची फुलं मिरवीत जो काव्यकल्पवृक्ष डौलात, सत्त्वानंदात डुलतो आहे ते खरेतर एक आश्चर्य आहे! माणूस घडतो तेच सत्य आहे आणि माणूस जेव्हा ठरवून घडतो तेव्हा तर ते परमसत्य आहे हेच खरं. जगाला दिसतो तो यमुनेच्या, निळ्या- पांढऱ्या जलाशयावर पडलेलं आपलं प्रतिबिंब न्याहाळणारा, आरस्पानी संगमरवराचा, झळझळता, ऐटदार ताजमहाल. पण तो ज्या संगमरवरांनी साकार केलेला असतो त्याच्या अनघड शिळा खोदून काढल्यावर पडलेला खाणीतला खड्डा किती जणांना जाणवतो?

आज 'गीत रामायणकार', भावकवी, चित्रपट कथालेखक म्हणून मराठी

मनावर कोरलेलं ‘गदिमा’ हे नाव जन्मत:च कायमच्या अंधाऱ्या गुहेत गाडलं जाण्याचा कुयोग आला होता. उमर दिवस पुरते पंधरा होण्याआत पुढच्या या गीत रामायणकारानं ‘राम’ म्हटला आहे या कटु कल्पनेनं त्याला केळीच्या पानावर घेऊन अंतिम खड्ड्यातही ठेवलं होतं! माती लोटायची तेवढी बाकी होती पण पुढं मराठी माती जागती करणाऱ्या या थोर नकलाकारानं ‘सोऽहम्’ म्हटलं! ‘मीच तो’ म्हणत हातापायांची हालचाल केली! आणि तुक्या वाण्यानं ज्या तत्परतेनं इंद्रायणीतून वर आलेल्या भागवत काव्याची पोथी उचलली असेल तसं जमल्या नातेवाइकांनी हे ‘मातीचं काव्य’ खड्ड्यातून उचलून घेतलं! केवढी विलक्षण आहे ही अण्णांच्या जीवनातली सलामीचीच घटना!

‘बालपणाचा काळ सुखाचा’ असं म्हटलं जातं पण बालवयातच ज्यांना प्रौढ व्हावं लागतं त्यांचं काय? ज्या वयात खेळत-बागडत शिकावं त्या वयात कधी, उदबत्तीचे पुडे विकत चार गिन्न्यांसाठी वणवण कर, आपलं जिव्हाळ्याचं ‘माडगूळ’ सोडून औंध, कुंडल अशी भटकंती कर, जीवनाच्या कसोटी बघणाऱ्या सर्व बिकट-कट्ट्या अण्णांना नको त्या वयात सामोऱ्या आल्या. माणदेशाचं मानी मन पणाला लावून त्यांनी त्या पार केल्या आणि त्याही हसत-खेळत. त्या काळातील त्यांचे जिवाभावाचे ‘मैतर’ भेटले की, आजही अण्णा त्या आठवणीच्या डोहात, मनसोक्त हसत डुंबतात तेव्हा नुसतं ऐकत राहणं हा एक ठोस आनंद असतो.

माझी अण्णांशी पहिली भेट झाली ती १९६७ साली. ‘पंचवटी’ नावानं प्रसिद्ध असलेल्या, नावानं त्यांच्या मालकीच्या पण वावरानं साहित्य, नाट्य, सिने-कलावंतांच्या हक्काचं स्थान असलेल्या मुंबई-पुणे रस्त्यावरील त्यांच्या वास्तूत. मी आणि माझे मैतर आर. के. कुलकर्णी त्या वेळी ‘मृत्युंजयाच्या’ प्रकाशनाच्या घोळात होतो. सलामीचा हात घालायचा ठरविला तो आम्ही अण्णांच्याच काळजाला. आर. के. अण्णांचे जुने मित्र होते. एका गवळ्या सकाळी मी आणि आर. के. ‘मृत्युंजयची’ हस्तलिखित संहिता घेऊन अण्णांच्या पंचवटीत शिरलो. पंच सत्त्ववृक्षांनी वेढलेली ही वास्तू आहे.

सदरी व्हरांड्यात मांडलेल्या (अण्णांना सहजी सामावून घेऊ शकेल अशा) एका प्रशस्त कोचात कविवर्य सुपारी छिलत बसले होते. आर. कें. ना फार वर्षांनी बघून ते लांबूनच चित्कारले- “आराराराऽ, आर्क्या जणू! किती दिसांनी ही भॅट मर्दा!”

“दिसांनी न्हवं वर्सांनी म्हणा अण्णा!” आर्क्यांनी त्यांना हसत दाद दिली. दोघं, लढाईत पांगापांग झालेले सैनिक फार दिवसांनी भेटल्यावर एकमेकांना भिडावेत तसे छातवानं भिडवीत कडाड भेटले.

“आर्क्या, दिसांनीच रं. दिसामासांनी वरीस बनतं का कसं?” अण्णांनी

परतफेड केली.

अण्णांच्या अंगलटीला साजेशा छोट्या (?) कपबशीतून चहा आला. सादिलवारीच्या खुशालीची देवाण-घेवाण झाली. दोघांच्या दोस्तान्यातील कुणा- कुणाच्या नावांची याद झडली. आक्यांनी मुद्याच्या गोष्टीला तोंड फोडलं. मृत्युंजयच्या प्रकाशनाचं छोटेखानी (!) काम पुढं ठेवलं.

क्षणापूर्वी गावरान खुशीत खिदळणारे अण्णा विचारगत झाले. उजव्या हातीच्या फोनचा नंबर फिरवताना तोंडीचा तंबाखू-तोबरा गालफडात सरकवीत म्हणाले, "एक झॅक माणूस हाय. बघूया काय म्हणतोय ते." फोनवरचा 'हॅलो-नमस्कार'चा गण संपवून संवादाची गवळण सुरू झाली.

"आमचे एक 'मैतर' आहेत कोल्हापूरचे! त्यांनी हेऽऽ लिहिलंय कर्णावर... नाही. कादंबरी आहे. अरे बघा तर. नाकी-डोळी पसंत पडली तर सोयरीक टाका जमवून! कसं? मग पाठवतो त्यांना तुमच्याकडं."

तो फोन कॉन्टिनेंटलच्या अनंतराव कुलकर्ण्यांना होता. पलीकडून अनंतरावांनी विचारलं असावं, "तुम्ही केव्हा लिहिणार कॉन्टिनेंटलसाठी?"

आम्हाला फक्त समोरचे अण्णांचे संवाद ऐकू येत होते. "आमचं काही खरं नव्हे गड्या. बघतो कशानं कसं जमतंय. अच्छा."

पुढं आमची अनंतरावांची भेट झाली. कॉन्टिनेंटलनं पुस्तक छापायला घेतलं. छपाई पूर्ण झाली आणि एके दिवशी अनंतरावांचं मला पत्र आलं- 'पुस्तकाचं पूजन आहे. तुमच्या निवडीनं चांगला दिवस कळवा आणि त्या दिवशी पुण्याला याच.'

मी उत्तरात कळविलं, 'गणेश चतुर्थीला पूजन करावंसं वाटतं. (मला हे लिहिताना माहीत नव्हतं की, अनंतरावांच्याकडे काही कारणामुळं गणेशपूजन बरीच वर्षे थांबविण्यात आलं होतं. तरीही त्या वर्षी त्यांनी गणेशमूर्ती आणून पुढं पूजन केलंच.) हा पूजनविधी अण्णांच्या हस्ते ओंजळभर शुभ्र फुलं घालूनच करावा.' असा हट्टही मी पत्रातून कळविला. गजाननाच्या हस्तेमुखे गजाननाला आवाहन करावं हा हेतू होता.

ठरल्या दिवशी अण्णांच्या हस्ते गणेश-चतुर्थीला पुस्तकाचं अगदी घरगुती वातावरणात पूजन झालं. सिद्ध झालेली प्रत चाळता चाळता जेवणाच्या पंक्तीला सुरुवात करण्यापूर्वी अण्णा माडगुळी मिस्कीलपणानं म्हणालेच, 'कसं लिहितात हे फाकडे एवढं कुणाला माहीत! हे म्हणजे अर्जुनानं बाणांची शिडी आभाळापर्यंत भिडवावी तसंच झालं की.'

या घटनेनंतर 'गदिमा' या नावातील 'करिश्मा' दाखविणारे अनेक प्रसंग घडून गेले आहेत.

माझी सासुरवाडी पुण्याची. १९७० साली बायको पहिल्या बाळंतपणासाठी

म्हणून पुण्याला आली होती. मला पुण्याहून 'कन्यारत्न प्राप्तीची' तार आली. मी पुण्याला आलो. अण्णा, अनंतराव, ना. सं. इनामदार, चित्तरंजन कोल्हटकर अशा घेराव्याच्या माणसांकडं बारशाची आवतनं पोच केली.

बारशाच्या दिवशी दुपारी एक वाजेपर्यंत अण्णा-वहिनींचा पत्ता नव्हता. सासुरवाडीकर मला बरं वाटावं म्हणून बोलत होते... 'अहो, त्यांना किती व्याप. गेले असतील कुठल्यातरी कार्यक्रमाला.' मी मात्र न जेवता अण्णांची वाट बघत होतो. सव्वाच्या सुमाराला स्वारी वहिनींच्यासह वाड्याच्या दरवाजातून आत येताना दिसली. मला बघताच ते हसत म्हणाले, ''हे पुण्यातले वाडे शोधून काढणं म्हणजे कापसाच्या ढिगातला साबूदाणा शोधून काढण्यासारखं आहे! आमचा पी. एल. म्हणतोय ते काही खोटं नाही. इथल्या पेठा पायात पाय घालून उभ्या आहेत. गेला अर्धा तास तो रिक्षावाला बिचारा हा वाडा शोधताना घायकुतीला आला. शेवटी 'जा' म्हणून त्याला पैसे देऊन सोडला आणि नेमका या वाड्यासमोरच उतरलो! कळसा काखोटीला मारून हा उभ्या सदाशिव पेठेला वळसा झाला की!''

आत येऊन बैठकीतल्या तक्क्याला टेकून अण्णा बसले. मी दाखवायला म्हणून बारा दिवसांची मुलगी त्यांच्यासमोर धरली. हलक्या हातानं तिला आपल्याकडं घेत, मांडीवर ठेवून अण्णा पुन्हा मिस्कीलपणानं म्हणाले, 'तुझं नाव 'शिवाजी,' हिचं 'तुळजा' ठेवून टाक! अरे, मुलगी म्हणजे दुसरी आईच!'

कोल्हापूरला ना. वा. देशपांडे या नावाचा अण्णांचा एक चाहता आहे. गृहस्थ पैशासाठी मेडिकल स्टोअर्स चालवितात आणि डोकं चालवितात काव्याच्या प्रांतात. अण्णांच्या अनेक कविता त्यांना तोंडपाठ आहेत. घरोब्याच्या प्रेमानं एकदा त्यांनी अण्णांना आपल्या घरी जेवायला बोलावलं. मीही होतो. जेवणाला थोडा वेळ असल्यानं, ना. वा. मला एका बाजूला घेऊन कानात पुटपुटले, ''राजे, एक काम करा. अण्णांना गीत रामायणातलं एक गीत गायला तुम्ही सांगा!''

''गायला?'' मी चमकलोच.

''गायला- म्हंजे वाचायला हो! त्यांच्या तोंडूनच ते ऐकावं अशी माझ्या बायकोची फार इच्छा आहे हो.''

मी चांगलाच पेचात सापडलो. काही वेळानंतर ज्या भगिनीच्या हातचा थाळा आपण खाणार तिची ही साधी भावुक इच्छा तर पुरी केली पाहिजे; पण ही घंटा अण्णांच्या गळ्यात कशी बांधायची? ते आपले ना. वां. च्या घरासमोरच्या ओसरीवर अंथरलेल्या बैठकीवर चुना- मळला जर्दा रिचवीत ऐसपैस बसले होते. मुखरस तोलत म्हणाले, ''अरे, कानगोष्टी कसल्या करताय? इकडं या.''

तेवढंच शेपूट पकडून त्यांच्याजवळ येऊन बसत मी म्हणालो, ''तुमचं एक काव्य आहे. 'रानात सांग कानात आपुले नाते- मी भल्या पहाटे येते.' त्या काव्यावर

आमची एक शंका आहे. तिच्यावरच करीत होतो चर्चा.''

''कसली शंका?'' अण्णांनी पिंक टाकून तोंड खुलं केलं.

''काही नाही हो. तुम्हाला नाही आवडायची ती.'' ना. वा. तो अचानक आलेला विषय टाळत म्हणाले,

''मग तर सांगच शिवाजी, कसली आहे शंका?'' अण्णांनी कट्टी जाम धरली.

''नाही म्हणजे 'रानातसुद्धा' कानात सांगायची गरजच काय? हे ना. वा. म्हणतात, बोंब मारून सांगितलं तर कोण विचारणार तिथं?'' मी आपलं परस्पर ना. वां. ना गुंतवून मोकळा झालो. विशाल उदर गदगदा हलवीत अण्णा मनसोक्त हसले. घरात जाऊ बघणाऱ्या ना. वां. ना बसायची खूण करीत म्हणाले, ''औषधं विकणारा तू-तुला काय कळणार! अरे, रानातल्या झाडावेलींच्या सळसळीलाही कातर झालेली असतात प्रेमिकांची मनं! अहो वहिनी, खुशाल शिजवा खाना. यानं कुणावरही प्रेम केलेलं दिसत नाही कधी.'' अण्णांनी ना. वां. ना पर्गोलॅक्सच दिला!

मूड छान आहेसं बघून ना. वां. नी दिलेलं गीत रामायणाचं पुस्तक अण्णांपुढे सरकवीत मी म्हणालो, ''ते उर्मिलेचं, 'पाहुनी वेलीवरची फुले....' तेवढं गीत ऐकू या की अण्णा! तुमच्या तोंडून. कसं?''

''गीत रामायण काय?'' म्हणत त्यांनी खिशातला चश्मा काढून आपलंच पुस्तक तिऱ्हाइतासारखं चाळायला सुरुवात केली. देशपांडे कुटुंबीयांनी कान टवकारले. बायका केव्हाच दाराआड येऊन उभ्या राहिल्या. पटकन पुस्तक मिटत कविराज म्हणाले, ''छॅऽ, जीव लागत न्हाई गड्यांनो. पुन्ना कवातरी!''

त्या दिवशी जेवणात अण्णांच्या आवडीची ज्वारीची भाकर, लसणाची चटणी आणि कांदा होता. गप्पा छाटत मनाजोगं जेवण झालं. हात धुऊन पुन्हा आम्ही पान जमवीत ओसरीतल्या बैठकीवर बसलो. पुस्तक मध्येच होतं. चटणी-भाकरीच्या चवीवर अण्णांचा देशस्थी 'जीव लागला' की काय त्या कोदंडधारी रामालाच माहीत. पुस्तक उचलून त्यांनी पुन्हा चश्मा काढला. काठावरच्या गड्याला, कृष्णेच्या डोहात उडी घालायला चेतना देणाऱ्या लबाड सातारकराच्या भावात मी म्हणालो, ''ते पाहूनी वेलीवरची फुले.''

अण्णांनी नेमकं ते गीत काढलं. त्यांचा, आतापर्यंत, गप्पा छाटताना होता तो आवाज पालटला. त्याची 'आवाजी' झाली. अण्णा स्वत:ला विसरून उर्मिलेचं काळीजघेणं शल्य हुबेहूब उभं करीत गीत वाचू लागले. जाणवावी अशी दहीदाट शांतता पसरली. गीत संपवून अण्णांनी मान वर घेत चश्म्याआडचे पाझरते डोळे प्रथम तर्जनीनं टिपून घेतले. 'गीत रामायणाच्या' अमाप लोकप्रियतेचं रहस्य काय आहे ते समोर प्रत्यक्षच मला बघायला मिळालं त्या दिवशी.

काव्यातल्या व्यक्तिरेखेशी एवढ्या हळुवारपणे एकतान होणारे अण्णा, घुश्श्यात

गेले की बघणं हाही एक मौजेचा अनुभव आहे. याच ना. वा. देशपांड्यांनी एकदा आपल्या सासुरवाडीच्या गावी-कुरुंदवाडाला मोठ्या कौतुकानं त्यांचा एक भाषणाचा कार्यक्रम ठेवला. स्पेशल टॅक्सी करून कुरुंदवाडला जायचं ठरलं. अण्णा तो प्रवास आणि भाषणबाजी टाळण्यासाठी एकसारखं धोसऱ्यानं म्हणत होते- 'वैदू, कशाला नेतोस मला त्या पेन्शनवर गावात? न्यायचं नेऊन त्या गावच्या पंचगंगा-कृष्णेच्या संगमावर शेंगा खात बसायचं सोडून ते भाषणबाजीचं झेंगाट कशाला काढलंयस?' हो-ना करीत शेवटी एकदाचे ते टॅक्सीत चढले- 'शिवाजीला बोलावून घे, आर्क्याला आण.' अशी फर्मानं काढून त्यांनी मला, आर्के, प्राध्यापक पां. ना. कुलकर्णी, विनायकराव लाड अशा जिवलग माणसांनाही या 'कुरुंदवाड मोहिमेत' गुंतवून टाकलं होतं. आम्ही टॅक्सीत चढलो. आर्के- अण्णांच्या गावरान बोलीतल्या गप्पा रंगू लागल्या.

कुरुंदवाडच्या ट्रेनिंग कॉलेजातला तो ठरला कार्यक्रम संपला. आभारापूर्वी कॉलेजच्या माने नावाच्या प्राचार्यांनी, 'आमच्या प्रेमाचं प्रतीक म्हणून आजच्या सन्माननीय पाहुण्यांना हा पुष्पहार अर्पण करीत आहोत' म्हणत एक हार अण्णांच्या गळ्यात घातला. मी समोरच बसलो होतो. अण्णांच्या, प्राचार्यांच्या, जमल्या पेन्शनर श्रोत्यांच्या कुणाच्याच लक्षात आलं नाही की, 'प्रेमाचं प्रतीक' म्हणून प्राचार्यांनी घातलेला तो हार चक्क 'पांढऱ्या चाफ्याच्या' फुलांचा होता! आमच्या भागात त्याला 'मढेचाफा' म्हणतात. फक्त गुढीपाडव्याच्या दिवशीच त्यांची माळ गुढीला चढवितात. क्षणभर मला कसंतरीच वाटलं पण दुसऱ्याच क्षणी मी स्वत:चं समाधान करून घेतलं की, मराठी साहित्याची गुढी गल्लीपासून दिल्लीपर्यंत उभविणाऱ्या योग्य माणसाच्या गळ्यात हा हार चढवून कुरुंदवाडकरांनी आज पाडवाच साजरा केलाय!

कुरुंदवाडची प्रसिद्ध भरली वांगी आणि दाट खुमासदार बासुंदी ना. वां.च्या सासुरवाडीत खाऊन आम्ही परतायला निघालो. आर्के आणि अण्णा इरेसरीनं विनोदामागून विनोद बरसवीत होते. तासभर कसा गेला तेच कळलं नाही. कोल्हापूर आता टप्प्यात दिसू लागलं. तसं अण्णा टॅक्सी ड्रायव्हरला म्हणाले, ''पाच बंगल्याच्या रस्त्यानं घे.'' त्यांना आपले जुने 'शिणिमा- यार' अप्पासाहेब जाधव यांना भेटायचं होतं. ते पाच बंगल्यातच राहत होते.

''व्हय साहेब.'' टॅक्सीवाला गाडी रेमटतच होता. पाच बंगला जवळ करणारा रस्ता मागं पडला. गाडी पुढंच चालली होती. आता गाडीच्या काचेतून बाहेर बघत शंका घेत अण्णा म्हणाले, ''अरे बाबा, मला पाच बंगल्यात जायचंय. पुढं कुठं चाललास?''

''जी साहेब, गाडी बिंदू चौकातनं ठरलीया. तिथंच सोडतो!''

“पाच बंगला अलीकडं का बिंदू चौक? काय कोल्हापूरचा आहेस की वडिंग्याचा?” अण्णांचा मूड क्षणात पार पालटला. भाषेत सातारी जरब आली.

“गाडी जिथनं ठरली तितं सोडायचा नेम हाय आमचा!” टॅक्सीवाला बेफिकिरीनं म्हणाला.

“आणि अलीकडेच उतरायचं असेल तर आम्हाला? कुणाशी बोलतोस?”

एवढ्या संवादफैरीत बिंदू चौक आलासुद्धा! अण्णांचा पारा पाऽर चढला.

“शिवाजी, दिवा लाव म्हणावं त्याला आतला.”

टॅक्सी ड्रायव्हरनं आतला दिवा लावला.

“लायसेन्स आहे काय तुझं? आर्के, इथला डी. एस. पी. कोण आहे?

लायसेन्सच कॅन्सल करायला पाहिजे याचं! ही का मोगलाई आहे?” अण्णांच्या सटासट प्रश्नानं टॅक्सीवाला भेदरला. मी आणि ना. वां. नी पुढं होत त्याला समजावून सांगितलं, “हे ग. दि. माडगूळकर आहेत. ओळखलं नाहीस यांना? हुमदांडगाव्यानं गाडी पुढं का आणलीस? आता काय रिक्षा करून परत जायचं मागं आम्ही?”

‘गदिमा’ म्हणताच तो टॅक्सीवाला पहिल्यानं काचेरी खिडकीतून आत डोकावला. “चुकलं साहेब, तुमास्नी सोडतो पाच बंगल्यावर! माफी करा एक डाव!” म्हणत पुन्हा गाडीत बसून त्यानं मुकाट चक्र धरलं. गाडी वळवली. पाच बंगल्याच्या दारात आणली. आम्ही खाली उतरलो. ‘आप्पासाऽब’ म्हणत अण्णांनी दारावर थाप मारली. आप्पासाहेब येऊन दार उघडेपर्यंत त्यांचा टॅक्सीवाल्यावरचा राग काही उतरला नव्हता. ‘हरामखोर, माजोर.’ ते पुटपुटतच होते. सटीसामाशीला घडणाऱ्या अशा प्रसंगांच्या वेळीच, ‘माता तू वैरिणी’ सारखं गीत त्यांच्याकडून लिहिलं जात असावं!

कवीची निरीक्षणशक्ती किती सूक्ष्म पाहिजे याचा मासलाही अण्णांच्या संगतीत एकदा बघायला मिळाला. त्या वेळी ते कोल्हापूरहून निघणाऱ्या गजाननराव भोगावकरांच्या ‘धरती’ नावाच्या मासिकाचं संपादन करीत होते. संपादक पुण्यात आणि मासिक कोल्हापुरात असा, इथून तिथून ‘धरती’ एकच असा हा मामला होता! या मासिकाच्या निमित्तानं अण्णा कोल्हापूरला यायचे. मासिकाचे संचालक गजाननराव भोगावकर यांच्या, बावडा रस्त्यावरील गढीत उतरायचे. त्यांना भेटायला म्हणून मी एकदा त्या गढीत गेलो. वेळ टळत्या दुपारची होती. दुपारची ताणून उठल्यावर चहा वगैरे घेऊन अण्णा गच्चीत उभे होते. जिना चढून मी वर गेलो. “या ऽ शिवाजी महाराऽज!” त्यांची नेहमीची नांदी झाली. सरती, सुंदर किरणं आसपास पसरली होती. आम्ही काय बाय बोलत होतो. गच्चीखालच्या अंगणात, एका लिंबाच्या झाडाखाली सात-आठ वर्षांचं एक पोर ऊस खात बसलं होतं.

त्याच्यावर नजर जाताच अण्णा म्हणाले, ''ते बघ, कसं चाबलतंय उसाचं कांडं! जगाला विसरलंय.'' आम्ही त्याला निरखत राहिलो आणि हां हां म्हणता त्या पोरावरच चार ओळी त्यांनी तिथंच म्हणून दाखवल्या!

एखादा नवखा शब्द कानावर पडला की, त्याला दिवसभर रगडीत- राबवीत राहायचं अशी एक मजेदार खोड अण्णांना होती. फार दिवसांपूर्वी त्यांच्या शेंडेफळी कन्येनं-शुभदेनं एकदा बोलताना 'धम्माऽल' हा शब्द सहज वापरला. झालं! अण्णांनी त्या 'धम्मालची' पाऽर कणिक तिंबून काढली. 'धम्माऽल' माणूस आलाय बघितलंस काय?' वर्तमानपत्र वाचताना म्हणायचे, 'काय धम्माऽल वर्तमानपत्र आहे!' जेवायला बसल्यावर 'काय धम्माऽल भाजी झाल्येय, जरा धम्माऽल ताक घेता काय, आता आम्ही धम्माऽल हात धुतो!' (धम्मालच्या पाठीमागं हात धुऊन लागलेले असे पिताजी बघून बिचारी शुभदा काही त्या दिवशी घरात राहिली नसेल. तिनं धम्माऽल धूम ठोकली असेल!)

त्या वेळी 'वऱ्हाड वाजंत्री' हा चित्रपट तयार होत होता. त्याची पटकथा तर अण्णांची होतीच शिवाय त्यातली एक भूमिकाही त्यांच्या वाट्याला आली होती. धेडगुजरी मराठी बोलणाऱ्या एका कानडी आप्पाची ती भूमिका होती. त्या काळात अण्णांना केव्हाही भेटायला गेलं की, त्या भूमिकेचे गमतीदार संवाद, साभिनय त्यांच्याकडून ऐकायला मिळायचे. मराठी भाषा कशी ओबडधोबड आहे (हे त्यांच्या कल्पनेचं चित्र) त्या कानडीआप्पाच्या भाषेत सांगताना आपला डब्बल जबडा मानेशी एकवट करीत अण्णा म्हणायचे, 'क्काऽय तुमचं त्ये मराटी भाशा वो! एकच शरीरचं अवयेव तर हात काय म्हनं, पाय काय म्हनं, आनि डोऽऽळा काय म्हनं! आमचं कानड भाशा बगा- पंख सोललं तर केळ कसं असतो तसं गुळमाट! कण्णु, कय्य, कालु म्हनतान हात, पाय डोऽळं की वो!' अशा उडत्या नकला ते वरवर करीत असले तरी आत कुठल्यातरी विषयांची बांधणी करण्यात ते मनोमन गढले आहेत हे फक्त जाणत्यालाच जाणवावं.

चालत्या रेल्वेत साहित्याचं वाचन ही अफलातून कल्पना अण्णांच्या संगतीतच भोगावी. नगरच्या मेडिकल कॉलेजच्या एका कार्यक्रमासाठी जायला मी आणि आर्के कोल्हापूरहून पुण्याला आलो. स्टेशनवर रेल्वेचा डबा पकडण्याच्या धांदलीत असलेले आम्ही, फलाटावर थांबलो ते नेमके अण्णांच्यासमोरच. ते जळगावला आमच्यासारख्याच उद्योगावर चालले होते. सादिलवारीची भेटाभेट झाली. शेवटी ते म्हणाले, ''आता कुठं डबं धुंडाळत फिरताय रांगड्यांनू? चला माझ्या डब्यात! फसकलासचा हाय!''

''पण आम्हाला फर्स्ट क्लासची तिकिटं मिळाली नाहीत. रिझर्व्हेशनही नाही आमच्याकडं.'' आर. के. सबागती बोलून गेले.

“चलाऽ. तिकटी तपासणारा मैतरच निघंल आपला!” अण्णा डब्यात घुसलेही. आम्ही मुकाट मागून डब्यात चढलो.

गप्पाटप्पांच्या नादात स्टेशनं मागं पडत होती. थोड्याच वेळात निळा वेषधारी एक टी. सी., ज्यू माणसासमोर जर्मन सोजीर उभा राहावा तसा आमच्या डब्यासमोर अचानक उभा राहिला! आम्ही भेदरलोच- पण जरा कमी पोलिसासारखाच सॅल्युट ठोकून त्यानंच प्रश्न केला- “काय, अण्णाऽ, कुठं दौरा? चहा-नाष्टा पाठवून देतो थोड्या वेळानं.” तो चाहताच निघाला अण्णांचा. आत बोलावून त्याला आमची ओळख पटती करत गीत रामायणकार अण्णा म्हणाले, ‘या मैतरांच्याकडं तिकिटं नाहीत या डब्याची. बसू देत काय इथं?’

“अवश्य!” गाडी आपल्या वडिलार्जित इस्टेटीपैकी असावी इतक्या सहजपणे बोलून तो महामानव बाहेरही पडला.

विषय निघता-निघता सहजच अण्णांच्या तोंडून शिवाजी महाराजांच्या जीवनातील श्रीशैल मल्लिकार्जुन येथील डोंगरावरील शिवालयातील प्रसंगाचा उल्लेख झाला. मी ‘छावा’ या हाती घेतलेल्या ऐतिहासिक कादंबरीत तो प्रसंग नुकताच बांधला होता. तसा मी उल्लेख करताच अण्णा म्हणाले, “बरोबर आणली आहेस का लिखावट?”

“होय.”

“मग वाचा की वो ते शिवाजीचं काय झालं ते ऐकू या!” त्यांनी मिस्कील कानडी-मराठीत आज्ञाच केली.

बॅगेतील फाईल काढून मी तो प्रसंग वाचू लागलो. गाडी- ‘कशासाठी पोटासाठी’ करीत धावतच होती. श्रीशैलावर चांदण्या रात्री एकांतात शिवालयाच्या गाभाऱ्यातील शिवलिंग बघताना उन्मनी झालेल्या छत्रपतींना स्वत:च्या हातांनी आपलं शिरकमल त्यावर अर्पण करावंसं वाटलं होतं. त्या प्रसंगी काय काय भावकल्लोळ उमळून आले असतील महाराजांच्या मनात याचा तो ललित मागोवा होता. मी वाचत होतो. ‘जीवन? मरण? केवढे बिकट हे जीवन? कैक मरणांचे ओझे पाठीवर पेलत चालणारे. किती उजाड कपाळांसमोर ही गर्दन झुकवावी? केवळ एका स्वप्नाच्या पाठपुराव्यासाठी? स्वप्न? साधुसंतांना नसतात का काहीच स्वप्नं? मग त्यांचा का असतो अट्टाहास मातीपेक्षा मनावर हुकूमत करण्याचा?’

पाठ टेकून, मिटल्या डोळ्यांनी अण्णा ऐकत होते. दहिवरले डोळे तसेच मिटते ठेवून ते म्हणाले, “पुन्हा वाच!” मी पुन्हा वाचन केलं. पाच मिनिटं तशीच गेली. डोळे उघडून ते बोलले, “बारा वर्षांपूर्वी नेमका हाच प्रसंग मी काव्यात बांधला होता! केवढा अफाट होता शिवाजीराजा नाही?”

काव्याचा विषय निघताच मला अतिशय आवडलेल्या त्यांच्या एका काव्याबद्दल

मी कुतूहलानं विचारलं, ''सावळाच रंग तुझा, पावसाळी नभापरी' या तुमच्या घनदाट देखण्या काव्यामागं काही खास प्रेरणा असावी- कारण वळीव पावसाचे एका मागोमाग एक झपकारे यावेत तशा एकीपरीस दुसरी अशा अत्यंत सुंदर कल्पना त्यात उतरल्या आहेत. माणिक वर्मांनी जशी अनेक गीतं 'जीव लावून' म्हटलीत तसं हे गीतही 'जीव' आणि 'गहिरे सूर' लावून म्हटलं आहे.''

''कुठल्या कल्पना आवडल्या तुला त्या काव्यातल्या?'' चाचपून बघत खातरजमा करण्यासाठी कवींनी प्रश्न केलाच.

''याच- सावळाच रंग तुझा केतकीच्या बनापरी- माझ्या मनी झाकळतो. आणि नजरेत तुझ्या वीज खेळते नाचरी!''

अण्णा कसल्यातरी विचारात गेले. एखादं चित्र समोर बघत असल्यासारखं उत्साहानं म्हणाले, ''हे गीत गहिरं झालंय असं अनेकांनी दाखवलंय बोलून मला. ते जन्माला येताना कारण मात्र साधं घडलंय. तुला कोल्हापुरातला अर्ध्या शिवाजीचा पुतळा माहीत आहे काय? निवृत्ती चौकातला?''

''आहे तर. त्याचा काही संबंध आहे काय या गीताशी?''

''नाही. तिथल्या दूधकट्ट्यावर जायचो आम्ही मैतरगण दूध प्यायला. असंच एकदा तिथं उभं असताना समोरच्या चाळीवजा इमारतीकडं सहज लक्ष गेलं माझं. एक सावळ्या वर्णाची, नुकतीच न्हाऊन आलेली तरुणी आपले सडक, काळेभोर केस टॉवेलनं कोरडे करण्यात जगाला विसरली होती. अतिशय देखणं असं ते एक सावळं स्वप्नच वाटलं मला. गीताच्या ओळी सहज मनातून उभरून आल्या. सावळाच रंग तुझा! मलाही आवडतंय ते गाणं.''

''तुम्हाला आठवतंय, तुमचं 'गीत गोपाल' वाचून मी एक लांबलचक पत्र लिहिलं होतं तुम्हाला?'' त्यांनी बोलतं राहावं अशी माझी इच्छा होती म्हणून मी दुसराच विषय छेडला.

''आठवतंय तर. त्या गीतातील एका गीतातला 'दांडगा' शब्द आवडल्याचं लिहिलं होतंस तू.'' आता अण्णा खुशीत होते.

''तसा आवडावा असा 'दांडगा' हा शब्द काही ओंकारासारखा देखणा नाही पण ज्या ठिकाणी आणि ज्या सहजपणे तुम्ही तो योजलाय त्यानं छटाच बदलून टाकल्यात त्याच्या. तुम्ही लिहिलंय-'कृष्ण हा देवाहून 'दांडगा'!''

''हे शब्द सूर मारून नेमक्या वेळी लेखणीवर कसे उतरतात ते मलाच कळत नाही.''

''तुमच्या गीत रामायणातील 'दैवजात दुःखे भरता दोष ना कुणाचा' या एकाच गीतानं सगळ्या उपनिषदांचं सारच उभं केलंय. अनेकांना ते गीत हेलावून गेलंय.'' मी म्हणालो. एव्हाना पहाट झाली होती. नगरचं स्टेशन आलं होतं. नाइलाजानं

खाली उतरताना आर्के अण्णांचा हात हाती घेऊन म्हणाले, ''ब्येस झाली बैठक पण दोडाचं ते ठेसन आलं की मधीच.''

डब्याच्या दारात उभं राहून आम्हाला निरोपाचा हात हलवीत अण्णा म्हणाले, ''काय करता गड्यांनू, दोस ना कुनाचा!''

गाडी हलली. ती डोळ्याआड होईतो आम्ही फलाटावर आणि अण्णा डब्याच्या दारात उभे होते. उगवतीला नवतीचा दिवस फुटत होता. त्याच्या सभोवार विखुरल्या तेजवंत, तवान्या किरणांसारख्या अण्णांच्या अनेक आठवणी मनभर दाटून आल्या होत्या.

सुरुवातीच्या काळात कोल्हापूरच्या जयप्रभा स्टुडिओत माडाच्या उंच झाडावर, माडी गाळणाऱ्या एका सटर एक्स्ट्रॉचं काम करताना त्यावेळच्या एका ख्यातनाम दिग्दर्शकानं केला अवमान सहन न होऊन, हातातलं मडकं तिथंच टाकीत, 'तुमच्यासारखाच होऊन दाखवीन या सिनेमात' असं स्पष्ट म्हणून तसेच झालेले अण्णा, लग्न झालेल्या मुलीला सासरला जाताना निरोप देणं कठीण झाल्यानं पंचवटीच्या माडीवरच स्वत:ला एकटे करू बघणारे अण्णा, नाना पाटलांच्या 'पत्री सरकारातील' सैनिकांना चेव-चेतना यावी म्हणून १९४२ साली पोवाडे रचत कुंडल, औंध, आटपाटी, पन्हाळा अशा भागात बेहोश भ्रमंती करणारे अण्णा, दुर्दैवानं अपघातात गमावलेल्या आपल्या जावयासाठी मुलगाच जावा तसा- 'कोसळणारं सोसता येतं शिवाजी पण कळसापर्यंत चढलेलं कोसळताना बघण्याचं बळ नाही आणता येत. I am trying to convince myself my dear, that- पराधीन आहे जगती पुत्र माणसाचा!' असा ऐकतानाही पिळवटून काढणारा शोक करणारे अण्णा, 'मृत्युंजय' नाटकाच्या संहितेवर पूजनसमारंभाचं पहिलं स्वस्तिक एका साध्या लॉजवर रेखताना-कुणीतरी, 'या समारंभाला आपण पाचच लोक हजर आहोत' हे म्हणताच हातातील नाटकाची फाईल उचलून 'हा सहावा कर्ण आहे' असं निरुत्तर करणारं चपखल बोलणारे अण्णा, कितीतरी क्षणचित्रं सरासर डोळ्यांपुढून सरकली.

गावरान शब्दांना हुरड्याची लज्जत आणणारे, लावणीला मराठमोळ्या झणझणीत ज्वानीचं लावण्य चढविणारे, लाख-लाख मोलाची गोष्ट रचणारे, 'जगाच्या पाठीवर' माणूस कसा जगतो आणि त्यानं कसं जगायला हवं हे शब्दा-गीतांनी कोरीव शिल्पासारखं मनावर कोरणारे, तुलसीदासाचं रामचरित मराठी माणसांच्या मानसात घरोघर पोचविणारे कवी, कथाकार, वक्ते यापेक्षा घडलेल्या अशा असंख्य छोट्या-छोट्या प्रसंगांतून मला अण्णा मराठमोळ्या मातीचे बावनकशी माणूस वाटतात. कदाचित हे त्यांच्या इतर सर्व थोरपणाचं मूळ असेल म्हणूनच आजवर मी त्यांच्याशी एक हट्टाचा वाद नेहमीच घालत आलो आहे -

"तुम्ही सगळी ऋणं फेडलीत पण एक राहिलंय अण्णा." मी त्यांना खुललेलं बघताना म्हणतो.

"कोणतं हो ओव्हर नाइट शेक्सपियर!" त्यांच्या लक्षात न आल्यानं ते बोलून जातात.

"तुमच्या रसबाळ्या, अस्सल, मराठी-मावळी भाषेत तुम्ही शिवाजी महाराजांच्यावर महाकाव्य, किमान खंडकाव्य लिहायला पाहिजे!"

मग बराच वेळ ते हातची सुपारी नुसती छिलतच राहातात. म्हणतात- "लई काळजाला हात घालनारा सवाल करता की वो तुमी? आमच्याबी मनात डुकावतंय. पर-पर म्हाराज न्हाईत आता-कोन भरनार आमचं ताट सोन्याच्या मोहरांनी-कवी भूषनाचं भरलं तसं?" वरवर विनोदी वाटणारं उत्तर देऊन ते मोकळे होतात; पण हवा तेवढा वेळ व हवा तसा एकांत त्यांना लाभत नाही की वेदना त्यांच्या डोळ्यात तरळून जाते. मी घातल्या मागणीला काव्यातच ते उत्तर देतात-

'देहा जडल्या नाना व्याधी-

घालता येईना मांडी-

मग कैची समाधी?'

त्यांच्या मनात घोळणारी ती मांड त्यांना कधी घालता येईल का? त्यांची 'शिवसमाधी' कधी साधेल का? बघत राहायचं!

■

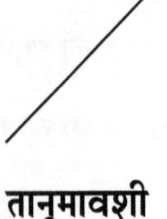

तानूमावशी

बदलत्या विज्ञानाच्या झपाट्यानं मराठी मुलखातल्या खेड्यापाड्यांचा मुखडा आता पार पालटून टाकलाय. काही काही बाबतीतली रया तर कुठल्या कुठं पसार झालीय. आता कितीही बयाजवारीनं सांगितलं तरी काही असामींचे वाण जसेच्या तसे डोळ्यांसमोर आज उभं ठाकणं केवळ अशक्यच आहे.

त्यातलीच, मी माझ्या अनघड वयात बघितलेली आमची तानूमावशी. तानू कुंभारीण. मृगाच्या पहिल्याच भरमार सरीवर भुईची कूस उतटून फोडून वर उठलेल्या आळंब्याच्या अंगठ्यासारख्या, अणीदार देठासारखी! कमालीची स्वाभिमानी, कष्टाळू त्यामुळेच खो-खोतल्या फज्जादंडासारखी ताठ!

बोलणं कसं ठणकारतं. तिला न बघताच नुस्तं ऐकलं तर वाटावं हे पुरुषाचंच बोलणं आहे. तसं थोडं भसाडं. नरड्याच्या घाटीत किंचित अडखळती खर्रस असलेलं पण तिचा बावनकशी, सोनपुतळ वाणाचा झळझळीत गुंडगोळा चेहरा समोर आला की माणूस मनोमन पटवून घेई की हा याच बाईचा आवाज असला पाहिजे. असं दमदार तर काही काही पुरुषांना ऐन संतापातही नाही बोलता येत.

ग. दि. माडगूळकरांनी एका लावणीत वर्णन केलेला 'पुनवेचा चांद गुंडगोळा' म्हणजे तानूबाईचा मुखडा. चांद, शीतल असतो तानूमावशीचा मुखडा रसरशीत, उन्हातान्हात नवऱ्याच्या कुंभारी सतत फिरत्या चक्राजवळ गोंदणाची हिरवट नीळसर मुद्रा तीही ठसठशीत असलेला. पुढं नवरा गेल्यानंतर कुंकवाच्या जागीही ही निळ्या तिलकाची मुद्रा आलेला.

तानूमावशीचा टोपपदरी लुगड्याचा बळकट कुंभारी काष्टा हयातीत कधी बदलला नाही. जाड तळाच्या करकरत्या कापशी चेपल्या कधी चुकल्या नाहीत. डुईवरच्या पदरावर भरघेराचा कुंभारकामाचा वानोळा भरलेला हारा घेऊन तानूमावशी भर बाजारपेठेतून निघाली की मला वाटायचं की रायगडावर जिजाऊंना भेटायला

चाललेली हिरा गवळण तर नाही ना?

भय ज्याला गावरानभाषेत 'भ्या' म्हणतात ते तानूमावशीच्या आसपासही कधी फिरकलं नाही. माझ्या गावात- आजऱ्यात तानूबाई कुंभारणीसारखं थोराड, डब्बल हाडाचं एकही स्त्रीमाणूस एकूणच नव्हतं.

गावचे पुढारी संताजीराव गुडघेपाटील, पारतंत्र्यात ते फौजदार म्हणून गाजलेले. लोक त्यांना भयादरानं 'काका' म्हणत. उभा गाव त्यांच्या पापणीच्या जरबेत वावरे. काकांनी 'अरे' म्हटले तर 'कारे' म्हणायची कुणाची शामतच नव्हती.

या काकांची तानूमावशींशी गाठ पडली ठका ठका! कुंभारीण बिचारी आपली कुणाच्या अध्यात ना मध्यात. त्यामुळंच कुणाचंही अधिक उणं ऐकून घ्यायची तिला तशी सवयच नव्हती.

गावात शिमगा सण थाटामाटात साजरा होई. होळीच्या दिवसांत बाजारपेठेच्या चौकात दिवसभर कुठून कुठून लुटून आणलेली लाकडं, फळकुटं पोरंटोरं संध्याकाळी एकावर एक सुरेख रचून होळीचा रात्रौ पेटवायचा सुघड हुडवा रचीत.

त्या हुडव्याभवती वर्षलकीप्रमाण गावकरी कुंभार आलटून-पालटून पाळीप्रमाणं मानाचे घट मांडत. त्यात हिरण्यकेशीचं पाणी तीर्थ म्हणून भरलं जाई. चुन्याच्या बोटांची वळणदार नक्षी रेखलेले चार कोपऱ्यावरचे चार घट म्हणजे चौदिशांचे दिशारक्षकच मानले जात. फार सुरेख दिसत ते.

एके वर्षी ही घटाच्या मानाची जोखीम आली तानूमावशीकडं. याच वर्षी सहा महिन्यांपूर्वी तिचं कपाळ पांढरं झालं हुतं. नवरा विठोबा गोरोबाला प्यारा झाला होता. निवर्तला होता. तानूबाई मनाच्या मणभर ताणात होती. सखाराम, जयराम, गंगाराम असे मुलगे आणि एकी पाठोपाठच्या पाच मुली यांच्या काळजीनं तिच्या काळजात तर हुडवाच पेटला होता. पोरं जगवायची-मानानं जगवायची असा मनोमन पक्का निर्धार करून तानूबाईनं कंबर कसली होती.

गावकीचं काम म्हणून तानूबाईनं थोरल्या सखाच्या मदतीनं कुंभारी चाक स्वत: फिरवून शिमग्याचे मानकरी घट घडविले होते. ते म्हणावे तसे जमले नव्हते. ते तिलाही मान्य होतं; पण गावकरी माणसं बेवा बाईची सेवा गोड मानून घेणार ही तिची मनोमन खातर होती. झालंही तसंच. तानूबाईच्या घटसेवेकडं कुणाचं लक्षच गेलं नव्हतं. ज्यांचं गेलं होतं त्यांनी तानूबाईचं नाव ऐकताच आपलीच कानशीलं पकडून तोबा केलं होतं.

रात्री बाराच्या सुमाराला मात्र संताजीराव गुडघेपाटील आपल्या आळीतल्या शेजारी देसायांचा तांडा घेऊन होळी चौकात आले. एव्हाना होळी रंगात येऊन अंगभर भडकली होती.

काका संताजीरावांनी धोतराचा सोगा सावरत होळीला एक फेर घातला.

अंगातल्या खाकी शिकारी कोटाच्या डाव्या खिशातील मूठभर बदाम, काजू काढून एक एक करीत शेंगदाण्यांसारखे तोंडात टाकले. उजव्या खिशातील भाजके शेंगदाणे 'घ्या श्रीपतराव, घ्या गणपतराव गरिबांचे बदाम!' असे म्हणत जमल्या देसाईमंडळींना वाटले! फिरता फिरता त्यांच्या पायाखाली तानूमावशीच्या घडाईचा एक घट आला!

काकांनी वाकून तो हाती घेतला. होळीच्या स्वच्छ पिवळ्या उजेडात तो डोळाभर निरखला. तसं करताना त्यांच्यातील पाटील जागा झाला. पुढारी खडबडून जागा झाला. डोळे विस्फारून ते कडाडले, ''कुंच्या शिंदळीच्यानं घडविलाय ह्यो माठ? कोन हज्जाम हाय त्यो कुंभार? गावचं बलुतं खाऊन माजली काय रं ह्यी कुंभारडी? आणा बघू म्होरं त्या माजुर्ड्याला!'' काकांच्यातला फौजदार बेलाग कडाडू लागला.

त्यांच्यासमोर बोलायची कुणाची छाती होईना.

ज्यांना घट तानूबाईच्या घडाईचे आहेत हे माहीत होते ते बोलू गेले की शेजारचे त्यांना दटावून चूप करू लागले. काकांच्या क्रोधाची होळी पेटतच गेली. कुणीच नीट उत्तरं देत नाहीत हे बघून स्वत:वरच चिडलेला चौकात येतानाच थोडी पोटात टाकून आलेला काका शेवटी चरफडतच आपल्या आळीकडं निघून गेला. तानूमावशी आपल्या छप्पराखाली आपली पोरंबाळं कुशीत घेऊन तिकडं निवांत झोपली होती. तिला यातलं काय म्हणजे काय दिकुन माहीत नव्हतं.

सकाळ फटफटली! एक दोन करता अनेक मुखांतून तानूमावशीला रात्री काका गुडघेपाटलानं केलेला घट घडाई करणाऱ्या कुंभाराच्या सात पिढ्यांचा उद्धार कानी आला. ती सैरभैर झाली. तळपायाची आग मस्तकाला गेली तिच्या. काकाला खाऊ की गिळू असं झालं तिला. आपण विधवा आहोत, एक सादिलवार कुंभारीण आहोत, आपल्या गाठीला मागच्या-पुढच्या वयाच्या मुलामुलींचा पोरवडा आहे हे सारं तानूमावशी पार विसरली. गावकुसातलं कुणी एकसुद्धा माणूस-काणूस आपल्या पाठीशी म्हटलं तर उभं राहणार नाही याचंही तिला भान राहिलं नाही.

आतून ज्वालामुखीगत रटरटणारी मावशी वरवर मात्र त्या दिवशी शांत शांत राहिली. नेहमीचा आपला साज चढवून गावभर घरोघर डुईवरच्या हाऱ्यात कुंभारकामाचा लोटकी, पणत्या, गाडगी असा वाण घरोघर पोचवून सांजच्याला कुंभारआळीत आपल्या कौलारू घरकुटाकडं परतली. तोंड खंगाळून मातीच्या थाटलीतून तिनं गरमागरम चहा भुरकला. लाकडी काटवटीत पीठ मळून थपाथप थोपलेल्या ज्वारीच्या गरमागरम भाकऱ्या तव्यावर थापटून त्या वायलावरच्या झिंग्याच्या खरपूस तिखट काळवणासंगं पोरांना खिलवल्या.

तानूमावशीचा सर्वांत थोरला मुलगा सखाराम अभ्यासात हुशार होता. दिसायला तिच्या वळणाचाच थोराड व गोरटेला होता. त्याची सातवीची केंद्राची परीक्षा

तोंडावर आल्यामुळं तो कंदिलाच्या पांढरट-पिवळ्या उजेडात पुस्तक उघडून लगीनं अभ्यासाला भिडला होता. त्याच्या मागची बहीण-भावंडं जागा मिळाली तस तशी आडवी होऊन झोपली होती.

"सखा, पोरांवर वाईच डोळा ठेव. झोपू नगं. म्या आलोच काकाचा घडा फोडून!" तानू मावशीनं पायात चेपल्या सरकवल्या. अगोदरच बळकट असलेला आपला कुंभारी काष्टा उसवून उगाच पुन्हा करकचून आवळला.

निघाली तानूमावशी! एकटीच. गावच्या थेट होळी चौकात! ऐन बाजारपेठेत. आता तिथं होळीच्या हुडव्याची दिवसभरच्या उन्हात तापून थंड झालेली पांढरट राख काय ती वाऱ्यावर राहून राहून उधळत होती.

चौकालगतची किराणामालाची दुकानं टोपले, भुसारी, तेरणी अशी व्यापारी मंडळी लोखंडी आडवे गज टाकून कुलुपबंद करण्यात दंगली असतानाच तानूमावशीनं भरल्या चौकात थोबाडाच्या हालगीवर उठविलेला 'ठोऽऽ ठोऽऽ असा दमदार शिमगा ऐकून मुळासकट हादरली! हातच्या वस्तू तशाच खाली फेकून प्रथम चौकाकडं धावली. हां हां म्हणता गावचा होळीचौक स्त्री/पुरुष, पोरासोरांनी गच्च भरून गेला. एव्हाना तानूमावशीच्या प्रकट शिमग्याच्या दोन तीन दमदार फैरी झडून गेल्या होत्या. त्यांना सणाचं नव्हे तर आता आपोआपच जाहीर कैफियतीचं रूप आलं होतं.

कुण्या एका आजरेकराची काही तानूमावशीला विचारण्याची छाती होत नव्हती की 'बाई-तानूमावशी काय मांडलं आहेस हे? म्हणणं तरी काय आहे तुझं?'

अशातच गावचा 'सार्वजनिक काका' मानलेला, हरेक आजरेकराला या ना त्या कामात उपयोगी पडलेला काका गवंडळकर चौकात आला. तोंडातल्या चघळत्या पानाचा चोथा चौकात बगलेला थुंकून त्यानं मात्र या प्रकर्णात हात घातला. म्हणाला,

"अगं ये तानूमावश्ये, बास कर की ह्यी थोबाडाची हालगी! कान किटलं. काय झालं ते अशानं असं म्हणून शाप तोंडानं सांग कसं."

तसा दोन्ही गोंदलेल्या हातांनी पदर कमरेला खोचत एव्हाना घामेघूम झालेली लालबुंद मुखड्याची तानूमावशी दमात ठणकारत तणतणली, 'कुंच्या गावकऱ्यानं काल आय माय उद्धरली माझी इथं या चौकात? आरं, गावकुसाचं काम म्हणून म्या या हातानं दाल्ल्याचं चक्कार घुमवून घडं फिरविलं. व्हळीच्या शेवला वर्सलकी म्हणून धाडलं. कुनाच्या काका-मामाचं, आई-बाचं कसलं घोडं मारलं म्या म्हन्तो? हाईत कुनाच्या छातीवर क्यास तर या तानू-कुंभारणीम्होरं या! माघारा कशाला वाजवताय तोंडाची टिमकी?"

तानूमावशीनं गावठी विधवेची अक्कलहुशारी बेमालूम वापरून काका गुडघेपाटलाचं नाव न घेता त्याचे दात त्याच्याच लकबीत त्याच्या घशात घातले होते! गावकरी तिचं कडकलक्ष्मीचं रुपडं बघून हादरलेच. गुडघेपाटील तर आपल्या घरात होता.

त्यामुळं येऊ घातलेला दुर्धर प्रसंग होळीच्या कृपेनं टळला होता. काका गवंडळकरानं, "मावशे, तो इसम इथला नव्हं. दूर सुळेरानचा व्हता! प्याला व्हता. काका पाटलांकडं पावणेचारासाठी आला व्हता. ग्येला फाटेचं आला तसा सुळेरानाकडं" अशी चक्क चंदापुरी ठोकून तानूमावशीला शांत केलं. कुंभारआळीकडं धाडलं.

झाला प्रकार ऐकून माझ्या बालमनात तानूमावशीची व्यक्तिरेखा वधारली. तिला नकळतच मी झाशीच्या राणीचं लढाऊ रुपडं बहाल करून टाकलं. घडल्या बिनतोड प्रकारामुळं उभ्या गावभर फाकडीचा वचक वाढला.

श्रावणाचे भावओले, सणासुदीचे, उपासतापासाचे दिवस आजऱ्यावर उतरले. पावसाचा खुराक भरपेट रिचवून रान हिरवाळली. तानूमावशीच्या कुंभारी हाऱ्यातून प्रथम वेटोळेधारी मातीचे ठिबकेदार रंगीत नाग नागपंचमीला घरोघर आले. माझ्या घरीही एक आला.

तानूमावशीच्या गोंदल्या हिरवट, दणकट हातांतून पूजेचा तो ऐटदार ठिबकेदार नागराज अलवार हातानं हाती घेत मावशीशी बोलायला मिळावं म्हणून मी विचारलं, "तानूमावशी, हे जितनित नागोबा तू रंगवत्येस?"

तसं मुखडाभर हसत हाऱ्याच्या चुंबळीवर बसलेली मावशी म्हणाली, "न्हाई ल्येकरा, माझा धाकला गंगाराम रंगवितो हे सम्दं. तशी येळ आलीच तर म्या बी घेतो हातात बुरनूस!" तिनं आपल्यातील हाडाची झाशीची राणी समोर ठेवलीच. तिला 'ब्रश' म्हणायला यायचं नाही. म्हणायची बुरनूस! आल्ये, गेल्ये अशी शहराळलेली 'हेन्न' क्रियापद तिच्या तोंडी कधीच नव्हती. आल्तो, गेल्तो असंच 'गंड' वाणात ती बोलायची. तिनं स्त्रिलिंगी क्रियापद कधी चुकूनही नाही वापरलं. तसं ते वापरलंच असतं तर माझ्याबरोबर अनेक गावकऱ्यांना ते खटकलंच असतं!

तानूमावशीचा श्याना-थोरला ल्योक चांगल्या गुणांनी सातवी पास झाला. गडहिंग्लज केंद्रात नंबरात आला. मावशीनं आपल्या हाऱ्यात पेढ्याचा पुडा ठेऊन ही सुखवार्ता गावकऱ्यांच्या हातावर पेढा ठेवत स्वत: पोचवली. माझ्या हातावरही तिनं पेढा ठेवला. म्हणाली, 'पॉर मुलकी झालं. एक कट्टी पार झाली. म्होरचं म्होरं. गावचा रखवालदार रवळनाथ हाय मोठ्या हातांचा माज्या पोरांमागं." त्या वेळी गाजत असलेलं सानेगुरुजींचं 'श्यामची आई' वाचत होतो. तानूमावशीनं दिलेल्या पेढ्याची अविट गोडी चाखताना मला फार फार जाणवलं, "ही तानूमावशी नव्हेच. ही तर श्यामची आईच!"

तानूमावशीचा थोरला सखाराम खराच हुशार व जिद्दीचा निघाला. हायस्कूलची वर्षामागून वर्ष पास होत मॅट्रिक झाला. तो खेळायला कुंभारआळीपेक्षा आम्हा कचेरी गल्लीच्या मुलांतच सतत रमायचा. आमचा आवडता खेळ होता व्हॉलीबॉल. कचेरीसमोरच्या लाल पटांगणात शाळा सुटल्या सुटल्या एक एक करीत जमणं व मनसोक्त हसत, खिदळत दीड दोन घंटे घामेजत व्हॉलीबॉल खेळणं हा आमचा स्वर्गीय आनंद होता.

आता ऐन तारुण्यात आलेला सखाराम देखणा दिसू लागला होता. अत्यंत मिस्कील व विनोदी सखाराम सतत काही ना काही जम्माडी कॉमेंट्‌स करून आम्हा दहा वीस खेळगड्यांना पोट धरून हसायला लावी. तो सर्वांचाच प्रिय झाला. त्याच्या बोलण्यात एक चपळ भाषाशैली व तीही सहज असल्यानं माझा तर तो खास मैतर झाला.

क्रीडांगणावर बडबड बडबडणारा सखाराम आपल्या आईसमोर कसा चिडीचाप राही! त्यानं आपल्या मातु:श्रीच्या दराऱ्याला दिलेली ही मूक मान्यता मला विलक्षण आवडे.

अशातच सखारामची प्राथमिक शाळेकडं शिक्षक म्हणून निवडही झाली. तानूमावशीनं ग्रामरक्षक रवळनाथाचं नाव पावलागणिक घेत गावभर पेढे वाटले. सखारामचा 'सखाराम गुरुजी' झाले. मागचे भाऊ काही शिक्षणात रमले नाहीत. ते कुंभारकीतच रुतले. सखारामच्या बहिणींची एक एक करत लग्नं झाली. प्रत्येक लग्नाला मावशी माझ्या घरी येऊन माझ्या आईला अक्षता देताना हटकून सांगे, "वैनी, पहिली उजवली. एक घोर मिटला." दुसरीच्या लग्नाच्या अक्षता देताना म्हणे, "आता तीन राह्यल्या वैनी! ह्ये चुटकीसरशी टाकतो उजवून!"

आई तानू-मावशीला धीर देताना म्हणे, 'तानूबाय, क्षेत्रपाळ रवळनाथ आहे मागं तुमच्या. कशाला डगमगता? सगळं लागेल मार्गी. चोच दिल्येय त्यानं दाणेही ठेवल्यात तिच्यासाठी!'

सगळ्या मुलींच्या लग्नाचा बार उडवून मावशी खऱ्या अर्थानं नित्रास झाली. अधूनमधून घरी आली की म्हणू लागली, "श्यान्या ल्येकराची- गुरुजीची काळजी न्हाई वैनी. त्येचं हात व्हतील पिवळं. पर ह्यो मागलं क्रियानस्ट न्हाई शिकलं. म्या त्येंची तरी चिंता कुठं करतो? बसतील मुडदं गाडगी थापटत. बापय तर हाईत. गंड मुडदाड!" आताशा तानूमावशीला कुंभारी वाणाचा हारा डुईच्या चुंबळीवर घ्यायला कुणाची तरी मदत लागे. ते जाणून माझी आई पुढं होऊन तिच्या हाऱ्याला हातभार लावी. मावशी "येतो वैनीनू" म्हणत कापशी चेपल्या कुरकुरवीत घरच्या अंगणातील आखाड्याकडं चालू लागे.

तिच्या चेपलीच्या पंजावरची तिकोनी बारीक वीण माझ्या मनी अबोध कुरकुर उठवून जाई "किती जिद्दीची, फाकड्या, शिकलदार मनाची आहे ही म्हातारी कुंभारीण!" ती निघताना 'जातो' कधीच म्हणाली नाही. नेहमी म्हणत आली 'येतो!' त्याप्रमाणं हे ना ते कारण पडून किंवा काढून ती हटकून माझ्या आईकडं तिच्या 'वैनीकडं' नेमानं येत राहिली. आईनं तिचा हारा डुईवर द्यायला एकदाच काय तो हातभार लावला. पुढं प्रत्येक वेळी मीच पुढं होऊन आपसूकच तिला हातभार लावू लागतो! कुणीही न सांगता. कसला होता त्यात माझा मानसिक आनंद? त्या वयात तो कधीच नाही कळला. आज त्याचा 'वाण' कळतो आहे आणि अर्थही

पटतो आहे.

तो आनंद आहे आ. अत्र्यांनी वर्णन केलेल्या एका आनंदासारखा. माणूस जेव्हा कोणीच नसतो- कोऱ्या मनाचा असतो तेव्हा तो आपले आदर्श आपणच शोधत असतो. मांजराला जसा माश्याचा वास पटकन कळतो तसा बालवयाला आपला आदर्शही पटतो. आ. अत्र्यांनी याच भावनेपोटी त्यांच्या बाळपणी आभाळाएवढ्या लो. टिळकांच्या उपरण्याला एकदा हात लावून पाहिला होता! त्यांना तेव्हा झाला तोच तो आनंद होता.

आता तानूमावशी हयातीच्या उताराला लागली. तशी तिनं सगळ्या मुलांची लग्नं एका पाठोपाठ एक उरकून घेतली. थोरल्या गुरुजी सखारामला कोल्हापूरची सशक्त, हसमुख बायको मिळाली. आता तानूमावशीच्या जिंदगीचं कुंभारी चक्र तिसऱ्या अंकात फिरू लागलं. मुला-मुलींच्या अंकुरांना नातवंडांना न्हाऊ-माखू घालून तिची कुंभारी कूस धन्य होऊ लागली.

'ह्यो पैल्या लेकीच्या लेकाचा पेडा वैनी! ह्यो दुसऱ्या लेकाच्या लेकाचा' असं मुखडाभर हसत तानूमावशी आईच्या हातावर नातवंडांच्या जन्माचे पेढे ठेवू लागली. आईसुद्धा तिला कधी चहाचा कप, कधी खरवसाची वाटी, कधी कांजाळीचा कटोरा देऊन बळेच तिला बसवून सुख-दुःखाच्या गोष्टी करू लागली.

दोघी समदुःखी होत्या. आम्ही चौघं पाठची पुढची भावंडं अशीच ठेऊन आमचेही 'दादा' गेले होते. त्या दोघींच्या गप्पात माझ्या भावंडांना कधीच रस वाटला नाही. माझा त्या गप्पांतील रस कधी आटला नाही. आमच्या घरी 'दादांचा' फेटा, कोट घातलेला सुरेख फोटो होता. कळू लागले अशा काही ठळक ओझरत्या आठवणी माझ्या बालमनावर ठेऊन दादा गेले होते. तरीही त्यांची स्पष्ट मुद्रा माझ्या अंतर्मनावर स्पष्ट कोरलेली आहे. मात्र कितीही आणि कसाही विचार केला तरी तानूमावशीचा नवरा काही माझ्या डोळ्यासमोर नीट येत नव्हता.

आता व्हॉलीबॉलच्या मैदानावर जिगरी मैतर झालेल्या सखाराम गुरुजींना मी 'बापू' म्हणत अनेकदा याबद्दल विचारलं. बापूंनाही ते कधीच नाही सांगता आलं.

बापू गुरुजींची मास्तरकीच्या नोकरीच्या निमित्तानं, मडिलगे, हत्तीवडे अशी बदलीची गावं बदलत गेली. बदलल्या नाहीत दोन गोष्टी. मिस्कील बोलून दुसऱ्यांना हसविताना डोळे बारीक करीत गोबऱ्या गालावरच्या कानशिलाकडं आक्रसत्या सुरकुत्या उठवणारी लकब आणि- आणि एका पाठोपाठ एक कन्याजन्माचा रतिब!

'वैनी ही घ्या बापूच्या लेकीची पैली बर्फी'' म्हणत मावशीनं मोठ्या तडफेनं गुरुजींच्या पहिल्या मुलीची बर्फी आईच्या तळहातावर ठेवली. 'पहिली बेटी-धनाची पेटी' म्हणत माझ्या आईनं तिला समजुतीचा धीर दिलासाही दिला.

मात्र बापूगुरुजींना एका पाठोपाठ एक करीत पाच कन्याच झाल्या तसा

तानूमावशीचा आशेचा दिवा मनोमन मालवला. बापू गुरुजीही केवळ मिस्कील व इतरेजनांच्या शेरेबाजीला टोलवून देणारा म्हणूनच या काळात तगला.

या काळात तानूमावशीच्या आंतरिक जिद्दीचा आगळाच पैलू आम्हाला बघायला मिळाला. बापू आता 'कुटुंब नियोजनाच्या शस्त्रक्रियेचा' गंभीरपणे विचार करू लागला. तसं चारचौघांत आडवळणानं बोलूनही दाखवू लागला.

मावशीनं ते कधीतरी निसटतं ऐकलं मात्र तिच्यातील जिद्दी मातृत्वाचा असा कुठला आंतरिक कोपरा तडफून उठला नकळे. तिनं बापूच्या चार गुरुजी मित्रांनाच एकदा सुनावलं. "आवो गुरुजी, नस कापून घेत्यात त्ये नाबर- नेपाळे! हेन्न क्काय गंड क्काय जलम म्हंजी कुंभाराचं चक्कार! द्येवानं फेरा दिल्यालं. कुनाच्या हातात हाय पुरगा नि पुरगी? बापूच्या बाबीनं म्हनशीला तर तानू कुंभारीण बापूचा पोरगा बघितल्याबगार न्हाई मरत!"

त्या जबर तडाख्यानं बापूचे मित्रच काय सारे गावकरी चिडीचाप झाले. मुळीच जन्मजात याबाबत आपल्या आईची नेमकी प्रतिक्रिया काय हे कळलेला बापू, आपल्या शस्त्रक्रियेपासून मुकाट परतला. रखवालदारानं शिवाराच्या कुंपणात घातलेल्या मुस्काडावर तिकाटण्याचा वर्मी टिप्पिरा बसताच खोडानं मुकाट मुस्काड बाहेर घेऊन पुन्हा पाणंदीची मळवाट धरावी तसा आपल्या मार्गी लागला!

बापूला आणखी तीन मुलीच झाल्या! हा कन्यारत्नांचा आकडा आता भरपेट आठवर गेला! तरीही बापूच्या मिस्कील, आनंदी स्वभावावर काडीचीही उदासी कधी दाटून आली नाही! त्यालाही कारणीभूत होता तानूमावशीचा प्रचंड चिवट आशावाद! सशक्त, सक्रिय जीवनवाद!

आता सटी-सामाशीला येणारी उतारवयाची मावशी वर्षातून दोनदा तरी हटकून कुंभारी वाणाचा हारा घेऊन गावफेर टाकू लागली. आपल्या लेकाची गावच्या टोळभैरव, टग्यांच्या टवाळीपासून राखण करण्यासाठी आपणहून म्हणू लागली, "काय करता बाबानू आठ पोरींची आज्जी हाय न्हवं- राबाय पायजे. म्या गुरुजीला सबुद दिलाय- तुज्या समद्या पोरी उजवून म्या लावतो मार्गाला- तू निघोर- रहा!"

गावातल्या कुणाला वाटत होता की नाही माहीत नव्हतं; पण मला पूर्ण भरोसा वाटत होता की 'तानूमावशी बोलत्येय ते करून दाखविल्याशिवाय कधीच राहणार नाही.' माझ्या या होऱ्याला आणखी एक मोठा आधार होता. बापूच्या सर्वच मुली आज्जीसारख्या सोनपुतळ उजळ वर्णाच्या नाकीडोळी नीटस होत्या. आईसारख्या सशक्त व बापासारख्या हुशार होत्या.

बापू आठ मुलींचा होतकरू पिता व तोही गुरुजी आहे हे सांगून कुणालाही पटलं नसतं. बापूनं जन्मताना बेमालूम हात मारून आपल्या आईच्या आनुवंशिक गुणधर्मानं दोन गोष्टी टाकोटाक उचलल्या होत्या. तानूमावशीतील रंध्रारंध्रातील

थोराड-पिळाची जिद्द काही मात्रा बदलून बापूत हसमुख मिस्किलीच्या आनंदी रूपात उतरली होती. गावातील फारच थोड्यांना सर्व बारकाव्यांसह माहीत होतं की बापू गुरुजी हसताना जितनित आपल्या आईसारखेच दिसत होते. माझ्याही हे तेव्हाच लक्षात आलं जेव्हा बापू सभासद असलेल्या शिवाजीनगर नाट्यमंडळानं शिवजयंतीनिमित्त एके वर्षी केलेल्या नाटकात बापूनं स्त्रीभूमिका केली होती तेव्हा! तेव्हा बापू पातळ-चोळी घालून मेकअपमध्ये सवयीप्रमाणं हसला तोच त्याच्या आईची आठवण देत.

बापू आजऱ्यात नाटक खेळला, व्हॉलीबॉल खेळला, नोकरीत रमला-आठ गुणवंत मुलींचा यशस्वी पिता म्हणून सगौरव वावरला. काय नेमकं कारण असावं, या जीवनशैलीमागं? माझं मन लेखकू विंजवणूक करीत राहिलं.

अशातच बापूच्या तीन मुलींची लग्नंही तानूमावशीनं उरकली! आता तर गावकऱ्यांच्या मनातही तानूमावशीनं कर्तबगार व आदराची गावकरीण म्हणून केव्हाच मानाची जागा घेतली होती.

कोल्हापूरच्या राजाराम हायस्कुलात अध्यापक होतो तोपर्यंत माझं जन्मगाव आजऱ्याला दिवाळी सुट्टीत व उन्हाळी सुट्टीत जाणं नेमानं होत होतं. या काळात व्हॉलीबॉलच्या मैदानावर बापू गुरुजींची भेट होत होती.

बापू गुरुजींच्या कपाळावर काही पांढरट बटा काय त्या फक्त डोकावत होत्या. बाकी आखबंद बापू गुरुजी जसाच्या तसा होता. डोळे आकसत गोबऱ्या गालात मिस्कील हसणारा- इतरांना हसविणारा.

खेळ खेळून बापूसह रवळनाथ देवाच्या मंदिराकडं जाताना कळलं की तानूमावशी आताशा हारा घेऊन फिरू शकत नाही. पिंढऱ्यात गोळे धरतात म्हणून कुंभार आळीच्या आपल्या घरकुटातच असते. उतारवयात जिजाऊ रायगडाच्या पायथ्याशी असलेल्या पाचाडात जशा दम्याच्या छळणुकीनं वाडाबंद झाल्या होत्या तशी आमची तानूमावशी घरबंद झाली होती.

आजऱ्याच्या क्षेत्रपाल, ग्रामरक्षक रवळनाथ देवाचं दर्शन घेऊन मंदिरालगतच असलेल्या कुंभारआळीत मी बापू गुरुजींच्या घरी आलो तानूमावशीचं, गावदेवीचं दर्शन घ्यायला!

तानूमावशी एका स्वच्छ बिछायतीवर वाकळ पांघरून लेटली होती. उशाशी पाण्याचं स्टीलचं तांब्याभाडं, चारदोन औषधांच्या बाटल्या होत्या. मी वाकळेजवळ बिछायतीवर बसलो. तानूमावशी "क्कोऽन- वैनीचा शिवबा जनू!" म्हणत उठायला बळं धडपडू लागली. मायेनं तिचा हात हाती घेत तो अल्लाद थोपटत मी म्हणालो, "व्हय-शिवबाच भायल्या वाड्यातल्या वैनीचा ल्योक. बापूचा मैतर. उठू नको मावशीऽ कशी हाईस? बगाय आलो."

"ब्येस हाय ल्येकरा, बापू काय बाय सांगत अस्तो तुज्याबद्दल. कसा हाईस?

ल्येकरं किती?''

"बरा हाय. दोन ल्येकरं-एक हेन्न एक गंड'' माझा तो तिच्या भाषेतला तिला पटणारा जाब ऐकताना ती मनापासून हसली. डोळे आक्रसून कानशिलाकडं सुरकुत्या सरकवीत अगदी आपल्या हुशार, डोकेबाज बापूसारखं!

बराच वेळ आम्ही काय बाय गप्पा मारल्या. जाता जाता मावशीनं बापूच्या आता फकस्त दोनच पोरी 'पिवळ्या' व्हायच्या राहिल्या याचा मागोसा मला दिला.

मी तिला 'तब्येतीची काळजी घे. दवापाणी नेमानं घेत जा. राहिलेल्या मुलीचं बापू बघेल आता.' असं म्हणून तानूमावशीच्या पाया पडून निरोप घेतला. कोल्हापुरात थोडं थांबून पुण्याला परतलो.

त्या वर्षी पाऊस खूप कोसळला. आजऱ्यात तर आभाळ फाटल्यागत संततधार दोन-तीन सलग दिवस पाऊस कोसळला. या पावसातच आमची तानूमावशी गेली.

बापू गुरुजींचं, माझे बंधु विश्वासराव व तानाजीरावांची तशी पत्रं आली. मी बापूला सांत्वनपर पत्र लिहावं म्हणून लेटरहेड समोर घेतलं. आभाळ दाटून यावं तशी तानूमावशी दाटून आली. एक शब्द काही लिहवेना. पैड परत सारलं.

मी परवा माझा नवजात नातू चि. सोहम याला त्याची आई चि. सौ. कादंबिनी व पिताश्री पराग यांना कुलदैवत क्षेत्रपाळ श्रीरवळनाथाचं दर्शन घडविण्यासाठी सौ. मृणालिनी व चि. अमिताभसह आजऱ्याला गेलो होतो. मी मंदिरात आल्याची वार्ता हसमुख मैतर बापू गुरुजींना लागलीच. त्यांनी निरोप मंदिरात धाडला. 'फक्त पाच मिनिटे घरी येऊन जाणे.' तसा गेलो.

बापूच्या घरी जत्राच भरली होती! आठही विवाहित मुली, आपल्या नवऱ्यांसह, मुलां-मुलींसह आजोळी आल्या होत्या! बापूनं मला कडकडून मिठीच भरली. पाणथरल्या डोळ्यांनी मैतर म्हणाला, "राजेऽ, चहासुद्धा घेणार नाही निरोप धाडलात! नका घेऊ. चिमटभर साखर घ्या. तुमच्या तानूमावशीची म्हणून! आणि या तिच्या गोतावळ्यासंग फोटो द्या. तिची यादगार म्हणून!'' बापूनं खोडा घातला! मी सर्वांसह एका फोटोत पूर्णता होत नाही म्हणून तीन-चार काढेपर्यंत थांबलो. बापूचे हात प्रेमभरानं हाती घेत तानूमावशीच्या दुसऱ्या-तिसऱ्या पातीचा निरोप घेतला. गाडीत माझ्या कबिल्यात येऊन बसलो. पुण्याला यायचं होतं. चक्रधरानं एकदम थर्ड टाकला. माझी विचारचक्रं फिरतच राहिली. "तानूमावशीनं बापूला सुखी माणसाचा सदरा दिलाय. सदा हसमुख राहण्याचा! महाराष्ट्राच्या कुलदेवी तुळजाभवानीनं मराठी मुलखाच्या घराघरात जर एकच जिजाऊ दिली-तानूमावशीसारखी तर-तर किती ब्येस होईल.''

■

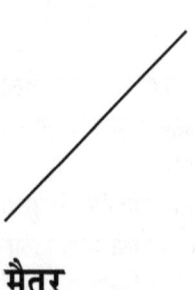

मैतर

त्या वेळी मी कोल्हापूरच्या राजाराम हायस्कूलमध्ये 'कॉमर्स' या विषयाचा अध्यापक म्हणून काम करीत होतो! होय चक्क 'कॉमर्स' या विषयाचे अध्यापन करीत होतो. त्या सेवाकाळातच मी सात वर्षं टिपणं, प्रवास, मुलाखती असं शिस्तबद्ध आयोजन करून 'मृत्युंजय' ही कर्णकथेवरची कादंबरी सिद्ध केली. १९६७ साली ती 'कॉन्टिनेंटल प्रकाशन-पुणे- ३०' या विख्यात संस्थेमार्फत प्रकाशित झाली. पुढच्या ६८ सालीच तिच्यावर एक परिसंवाद कोल्हापूर येथेच 'रसिक साहित्य मंडळ' या संस्थेने आयोजित केला.

या परिसंवादात अनेक प्राध्यापक, लेखक, संपादक बोलले; पण एका तरुण अध्यापकानं माझं लक्ष वेधून घेतलं. त्याचं नावं होतं अशोक गगराणी! चक्क सिंधी वळणाचं मारवाडी आडनाव. मी हे आडनावच पहिल्यानं ऐकत होतो. आम्ही मराठी लेखक मंडळी नेहमी ऐकणार ती फुलराणी, दुसरी पक्ष्यांतील राणी, फार तर हिंदी गाण्यातील 'बरखाराणी' हा तर गगराणी आणि विशेष म्हणजे तो 'हा' होता 'ही' नव्हता!

त्या व्हिदम असलेल्या आडनावानं माझं कुतूहल तर जागृत केलंच होतं पण ज्या सफाईनं तो इतरांच्या घोळक्यात मराठीत बोलला होता त्यानं औत्सुक्यही जागं झालं. परिसंवादाचा कार्यक्रम संपल्यावर चहापानाच्या वेळी त्या अजब उपनामधारकाला त्याचा म्हणून काही तपशील सहज विचारला, "तुम्ही कुठं असता? करता काय?''

उत्तर आलं, "कोल्हापूर हायस्कूलमध्ये शिक्षक आहे.''

मी पुन्हा लावून धरत विचारलं,

"खरंच तुम्हाला 'मृत्युंजय' आवडली नाही? नाही म्हणजे गोंधळात टाकणाऱ्या काही शंका उपस्थित केल्या तुम्ही म्हणून विचारतो! तुमचा महाभारताचा काही

खास अभ्यास वगैरे...''

हातातील चहाचा कप हसून पटकन खाली ठेवत तो म्हणाला, ''छे हो! मी मारवाडी माणूस! मी कुठले एवढे महागडे ग्रंथ वाचणार? एक आहे, माझ्या गावी जळगावला साने गुरुजींचा काही सहवास लाभला. ते माझ्या वडीलभावाकडं हिरालाल गगराणींच्याकडं नेहमी यायचे. त्यांच्या समोर बसून तासन्तास त्यांचं घरगुती वक्तृत्व ऐकताना भान हरपून जायचं. त्यातूनच मराठी साहित्याची बालपणीच गोडी लागली.''

मी कान टवकारले. माणूस 'खानदेशी' होता तर! बाहेरून खडबडीत वाटेल पण आतून नक्कीच राजापुरी फणसासारखा राजस, रसबाळा व गोडच असणारा! मी पुन्हा विचारलं, ''तुम्ही खुद्द जळगावचे? गुरुजींना पाहिलंय तुम्ही?''

''तसा मी जळगावजवळच्याच 'कानळदा' या छोटेखानी गावचा. या गावी शकुंतलेचा सांभाळ करणाऱ्या कण्व मुनींचा आश्रम होता असे म्हणतात. मी गुरुजींना नुसतं पाहिलेलं नाही. जमणाऱ्या मुलात लहान असल्यानं त्यांच्या मांडीवर चक्क खेळलोय! आणि मला म्हणाल तर परिस्थितीशी अपार एकाकी असूनही अविश्रांत व अशरण झुंज देणाऱ्या तुमच्या कथानायक कर्णाची संघर्षकथा विलक्षण आवडली आहे!''

खानदेशी 'ठेचा' ज्याला, आमच्याकडं 'खरडा' म्हणतात तो असा होता तर!

''बोलू यावर निवांत पुढील भेटीत.'' जळगावकरानं आमच्या कोल्हापुरी भाषेत 'कंडका' पाडला!

''अवश्य!'' म्हणत मी त्याच्या हातात हात देत जशी खासबागेत पैलवान देतात तशी सलामीची माती दिली!

पुढं अशोक कैकवार भेटला पण आमची 'कुस्ती' अशी कधी जुंपलीच नाही. जडली ती निरामय-निरपेक्ष मैतरकी. 'मैतर' या शब्दाचा मूळ संस्कृत शब्द आहे 'मित्र' त्याचा शब्दार्थ असा आहे की 'मि' नावाच्या नरकापासून तारतो तो मित्र! मैतर हे त्याचं रोज बोलीतील गावरान मराठमोळं रूप. मी कोल्हापुराच्या 'आजरा' या ग्रामीण भागातून आल्यामुळं असेल, अशोक हा 'कानळदा' या खानदेशी ग्रामीण भागातून आल्यानं असेल, आम्हा दोघांनाही अनाकलनीय असं रानवाऱ्यासारखं अकृत्रिम आकर्षण आहेच आहे. गेली कित्येक वर्षं ते अबाधित आहे. सध्या मी पुण्यात तर अशोक कोल्हापुरात तरीही, अशोक मारवाडी तर मी मराठा तरीही, मी तडकू, तडजोड कधीच न मानणारा, अशोक तडजोड्या, सोशिक तरीही. आभाळाच्या नाळेनं जोडून दिलेलं हे आम्हा दोघांचं मैतरकीचं नातं ना त्याला तोडता येईल ना मला काटता येईल. हे असं का? असं कुणी विचारलंच तर त्याला एकच उत्तर देता येईल. अशा कैक 'का' ना कधीच, कसलीही उत्तरं नसतात! जे शहाणे

असतात त्यांनी असले प्रश्नच कधी विचारू नयेत व ज्यांना ते विचारले जातात त्यांनी तर उत्तरे द्यायच्या फंदात चुकूनही पडू नये!

आता चंद्राच्या गतीबरोबर सागरांना भरती येते ती का? जगाला सदैव झळझळीत प्रकाश देणारा 'आकाशदेव' खग्रास ग्रहणात चक्क काळवंडतो तो का? पुष्पदेहात असलेला सुगंध जाणवतो पण दिसत नाही तो का? तसंच एखाद्या पूर्वी पूर्ण अपरिचित असलेल्या माणसाबद्दल प्रथम भेटीत अबोध आकर्षण, आपलेपणा वाटतो तो का? आणि एखाद्याबद्दल कमालीची घृणा, तिरस्कार वाटतो तो का? याची उत्तरं देताना गीता, बायबल, कुराण यासारखे तत्त्वग्रंथ व कणाद, बुद्धापासून, नित्से, हेगेल, ॲरिस्टॉटल, सॉक्रेटिसपर्यंत अगदी आधुनिक काळातील टॉलस्टॉय, रसेल, गांधी, स्वामी विवेकानंदांपर्यंत हिमालयाच्या उंचीची माणसं थकलीत. म्हणूनच या 'का?' चं कारण शहाण्यानं कधी शोधू नये!

'अशोक' बाबत मी ते कधीच शोधत नाही. कॅलिडोस्कोपमधून बघताच त्याच्या छोट्या हालचालींवर नानाविध आकृती उमटताना दिसतात. तसंच मी अशोकला पाहत आलोय. अगदी १९६७ पासून थेट आजपर्यंत! मी त्यातील कितीही आकृतिछटा इथं मांडल्या तरी त्याला अन् मलाही त्या अपुऱ्याच वाटणार.

ज्यावेळी १९६९ साली माझं लग्न झालं त्या वेळी अशोकला कन्या झाली. तिचं नाव 'कविता!' आता ही कविता 'दीर्घ' झाली आहे. म्हणजे चक्क दहावी पास होऊन कॉलेजात आहे. कवितेला मोठा भाऊ आहे- भूषण. सर्वांत मोठं 'पर्व' आहे त्या आमच्या सौ. वहिनी! सौ. अशोक यांचं. त्याचं नाव 'सूर्यप्रभा'. इस्लामपूरला जी एकदोन मारवाडी कुटुंब आहेत त्यातील श्री. राम ऊर्फ भाऊसाहेब राठी यांच्या या प्रथम कन्या. भाऊसाहेबांनी उमेदीत ४२ च्या लढ्यात भाग घेतला होता. त्यांना चार कन्याच झाल्या. त्यातील सौ. अशोक ऊर्फ सूर्यप्रभा या पहिल्या. अशोक प्रेमानं त्यांना 'सूरज' म्हणतो. मी त्यांना 'पंडिता रमाबाई' म्हणतो! कारण त्या हिंदी हा विषय घेऊन एम. ए. आहेत. मैतर अशोक बी. ए. आहे हे इथंच नोंदलं पाहिजे!

अशोक व वहिनी यांचे लटक्या आरोपांची आतषबाजी एकमेकांवर करणारे संवाद ऐकणीय असतात. वहिनींच्या माहेरचं उणंदुणं अशोक मुद्दाम डिवचून काढतो. कधीतरी बर्कलेचा एखादा झुरका डोळे मिचकावीत हवेत सोडताना एक वाग्बाणही फेकतो. शेजारच्या खोलीत गॅसवर छोले, आलू-मटार शिजवत असलेल्या वहिनींना तो अचूक ऐकू जातो. अशोकनं त्यासाठी म्हणायचं ते मोठ्यानं म्हटलेलं असतं. तो म्हणतो, 'राजे, (मला तो याच नावानं नेहमी हाकारतो) इस्लामपूर या नावात कुठं जो आहे तो 'इस्लाम' तिथल्या माणसात चुकूनही मिळायचा नाही! त्या गावाचं नाव आता कुणीतरी 'सैतानपूर' ठेवायला पाहिजे!'

बस्स! असं काहीतरी कानावर पडायचा अवकाश! गॅसवरचा पदार्थ शब्दश:

'गॅसवर' म्हणजे अटीतटीवर तसाच टाकून पंडिता रमाबाई तावातावानं बाहेरच्या खोलीत येतात. त्यांची मग खास इस्लामपुरी सरबत्ती सुरू होते. ''हो-हो माहीत आहे हो तुमचं जळगाव. नाव तेवढं 'जळगाव' बाकी सगळी आग.''

मग दोघांचं एकमेकांच्या घरच्या माणसांवरून जिव्हायुद्ध सुरू होतं. चहाचे घुटके घेत मला पंचगिरी करायची पाळी येते. या पंचगिरीत मी जाणीवपूर्वक 'पार्शल' होतो. सहजगत्या अशोकची 'री' लावून धरतो. कधी कधी माझी बायको कुंदा बरोबर असली तरी आपोआपच दोन तट पडतात. कुंदा पंडिता रमाबाईंच्या पक्षाची सदस्य झालेली असते. आमच्या वाग्युद्धातही रमाबाईचं पाकशास्त्र चालूच असतं. त्यात मात्र तिखट-मिठावरचं भान कधीच सुटत नाही. अशा वेळी त्यांनी तयार केलेला उपमा व शिरा खाताना मी माझ्या बायकोची एक आठवण सांगून वाग्युद्धाचा शेवट सुखान्त करतो. ती आठवण अशी- त्या एकेवर्षी मराठी नाट्यसंमेलन कोल्हापूरला भरले होते. अध्यक्ष होते आमचे तात्या म्हणजे कुसुमाग्रज. मी मोठ्या आदरपूर्वक तात्यांना घरी थाळ्याला म्हणजे जेवायला बोलाविलं. बेत बासुंदीचा होता. त्यांचं एका हायस्कूलमध्ये व्याख्यान होतं. ते आटपेपर्यंत मी शाळेच्या घराजवळच्याच झाडाखाली उभा राहिलो, कुण्यातरी शिपायानं ते मुख्याध्यापकांना सांगितलं. ते खाली आले. मला त्यांच्या कार्यक्रमाचं आमंत्रण नव्हतं. त्यांनी जंग जंग पछाडलं, की मी वर शाळेत यावं. मी त्यांना स्पष्टच उत्तर दिलं, ''तुमची शाळा म्हणजे काही ताजमहाल नाही. मी फक्त तात्यांसाठी थांबलोय. कार्यक्रम झाला की त्यांना सांगा, मी थांबलोय.'' कार्यक्रम झाला. तात्या तिथं चहाही न घेता तडकन खाली आले.

आम्ही रिक्षातून घरी आलो. अशोक आधीच येऊन बसला होता. ताटं मांडण्यात आली. गप्पा-टप्पा सुरू झाल्या. तात्या नि अशोकनं बासुंदीचे भुरकेही मारले. मी अद्याप ती चाखली नव्हती. थोड्या वेळानं चाखली. माझ्या लक्षात आलं की बासुंदीत साखरच नाही! सौ. ला बोलावून ती चाखायला लावली. ती जाम खजील झाली. साखर आणून ती प्रत्येक कटोऱ्यात तिनं घातली. विशेष म्हणजे तात्या वा अशोक त्याबद्दल चुकूनही बोलले नव्हते.

मध्यंतरी १९७७ च्या दरम्यान एक चमत्कारिक प्रसंग घडला. त्यानं अशोक माझ्या अगदीच जवळ आला. त्याचं असं झालं की, अशोकला जळगावपासून १५/१६ मैलांवर असलेल्या नाचणखेडा गावी हायस्कूल-शिक्षकांची जागा आली. आपल्या भागात जायला मिळतंय म्हणून अशोक खूशही झाला. त्यानं जळगावला जायची तयारीही केली. कविता आणि भूषण ही दोन्ही भावंडं लहान. ४/५ वर्षांची. अशोक परगावी जाणार म्हणून मला फार वाईट वाटलं. त्यानं कोल्हापूर हायस्कूलचा राजीनामा तिथले अध्यक्ष ख्यातनाम प्राचार्य श्री. एम. आर. देसाई यांच्याकडे

दिलाही. आम्ही दोन-चार मित्रांनी जडावल्या अंत:करणानं अशोकला, सौ. वहिनींना निरोपही दिला. आयुष्यातील मैतरकीचं एक पर्व संपुष्टात निघू बघत होतं.

अशोकचं नाचणखेडला पोचल्याचं पत्र आलं. सुन्न मनानं मी ते वाचलं. पुढे थोडे दिवस अशोकचं काहीच पत्र आलं नाही. मग मात्र एक लांबलचक पत्र आलं. ते वाचून मात्र मी बधिरच झालो. नाचणखेड्यात चाललेली परवड त्यानं लिहिली होती. पत्रात शेवटच्या परिच्छेदात लिहिलं होतं की, 'राजे, माझ्या आयुष्याचा तिसरा अंक सुरू झाला आहे! तुम्हाला काय आणि कसं लिहावं तेच कळत नाही. शाळेत आम्ही दोघंही नोकरीला जातो. मुलांना शब्दश: घराला कुलूप घालून कोंडून ठेवतो!'

ते पत्र वाचून काही क्षण मी सुन्नच झालो. काय करावं, अशोकला काय उत्तर द्यावं ते कळेना. थोड्या वेळानं लक्षात आलं की, अशोकनं कोल्हापूर हायस्कूलचे प्राचार्य व अध्यक्ष एम. आर. देसाई यांना दिलेला राजीनामा त्यांनी स्वीकारलाय की नाही ते प्रथम बघायला पाहिजे. त्या वेळी मी एम.टी. यू. २६२६ ही 'जावा' मोटर सायकल वापरत होतो. तिच्यावरून त्यांचं घर गाठलं. मला घरी अचानक आलेला बघून ते बुचकळ्यात पडले. इकडची तिकडची पहिली सादिलवार चर्चा झाल्यानंतर चहापाण्यानंतर मी मुद्याला हात घातला. म्हणालो, ''सर, तुमच्या कोल्हापूर हायस्कूलकडील गगराणी नावाच्या शिक्षकांनी नुकताच राजीनामा दिलाय. तुम्ही तो ऑफिशिअली स्वीकारलाय काय? तुमचं गगराणींच्याबद्दल मत काय?''

''अतिशय चांगला आणि सिन्सीअर मुलगा आहे तो. पण का कोल्हापूर सोडून गेला तेच कळत नाही. मी अद्याप स्वीकारलेला नाही त्याचा राजीनामा!''

माझा जीव भांड्यात पडला. मी लागलीच एम. आर. सरांना म्हणालो, ''सर कृपा करून तो स्वीकारू नका. गगराणी परत येणार आहेत! चार-आठ दिवसांत परत ते कोल्हापूर हायस्कूलमध्ये रुजू होतील.''

''ठीक आहे. तो ॲसेट आहे आमच्या संस्थेचा.'' उत्तर आलं.

अशोकचा व माझा कॉमन मित्र कांतिभाई राणिंगा व जनार्दन लाड यांना मी गाठलं. त्यांना तातडीनं एक ट्रक करायला सांगून जळगावजवळ नाचणखेडला पिटाळलं. अशोकचं सगळं सामान सौ. वहिनी व मुलांना ट्रकमध्ये घालूनच परतायचं ही तीन तीन वेळा सूचना दिली. त्याप्रमाणे कांतिभाई व जनार्दन लाड अशोकला सहकुटुंब घेऊनच कोल्हापूरला परतले. आज अशोक कोल्हापुरातच मजेत आहे. एका नाईट हायस्कूलचा मुख्याध्यापक झाला आहे. दोन्ही मुलं हुशार आहेत. मोठा भूषण कॉमर्सचे विषय घेऊन १२ वी केव्हाच झाला. बी. कॉम., एम. कॉम. प्रथम वर्गात पास होणं सध्या कौतुकाचं राहिलेलं नाही. चि. भूषण अखिल भारतात आय. ए. एस. ची परीक्षा तृतीय क्रमांकात उत्तीर्ण झाला आहे! विशेष

म्हणजे मराठी माध्यम घेऊन त्यानं हे यश संपादलंय. यवतमाळ, औरंगाबाद इथं जिल्हा परिषदेकडे त्यानं आपला ठसा ठेवणारी मुख्याधिकाऱ्याची सेवा केली आहे. महाराष्ट्र राज्याचा क्रीडा संचालक म्हणून कौशल्यानं कार्यभार सांभाळला. जाईल तिथं लोभस व्यक्तिमत्त्व, विनयशील भाषा व कार्यपद्धतीमुळे तो नावाप्रमाणं भूषणास्पद कार्य उठवितो आहे. सध्या तो सिंधूदुर्गला जिल्हाधिकारी आहे. छोटी कविता नुकतीच एम. ए., एम. फिल. करून शिवाजी विद्यापीठात सेवेला आहे.

१९७४ साली मात्र पुन्हा आमचा वियोग घडला. मी शिक्षण खात्याच्या 'लोकशिक्षण' या मासिकाकडे संपादक म्हणून पुण्याला आलो. त्याचं असं झालं. ७४ साली कोल्हापूर जिल्हा परिषदेच्या खुनशी अध्यक्षानं माझी बदली आकसानं कोल्हापूरहून गडहिंग्लज या आडगावी केली. एकदा मी कोल्हापूरच्या भोसले नाट्यगृहात नाटक बघायला गेलो होतो. मध्यंतरात सहज गप्पा मारताना त्या जि.प. अध्यक्षांना म्हणालो, 'तुम्ही मंडळी काही खरी नव्हेत. तुमच्या आडनावाच्या माणसानंच थोर सेनापती संताजी घोरपडे यांचा म्हसवडच्या रानात सातारा जिल्ह्यात खून केला. संताजीराव त्या वेळी अंघोळ करायला एका ओढ्यात उतरले होते. नि:शस्त्र होते. त्यांच्यावर मागून वार करण्यात आले. त्यांचं मस्तक तबकात घालून औरंगजेबाला भेट पाठवून तुमच्या पूर्वजांनी मनसबदारी मिळविली...''

मी इतिहास म्हणून हा संदर्भ सहज सांगितला होता. त्या गब्रू बिनडोक राजकारण्यानं तो सिरीयसली घेतला. माझी त्यानं दोन महिन्यांतच गडहिंग्लज या आडगावी बदली केली. मी तिथं फक्त हजर झालो. लगेच रजा टाकून दोन महिने परत कोल्हापूरला आलो. त्या दोन महिन्यांत 'छाव्याची' तीन प्रकरणं लिहून काढली. हे लिखाण ताजं ताजं वाचून दाखविलं जायचं ते अशोकला व सौ. वहिनींना.

१९७४ साली मी पुण्याला 'लोकशिक्षण' या मासिकाचा संपादक म्हणून आलो. आज १९९८ अखेर मी इथंच आहे. जगदंबेच्या कृपेनं माझी तिसरी 'कादंबरी-लढत' या नावाची पद्मश्री कै. डॉ. विठ्ठलराव विखे- पाटील यांच्यावर असून, १९८६ सालीच ती प्रकाशित झाली. 'युगंधर' या नावाची कादंबरी मी महाभारतीय कथानायक 'श्रीकृष्ण' यांच्या चरित्रावर लिहायला घेतली आहे.

कोल्हापुरानं, माझ्या ऐन उमेदीच्या काळात जो जिव्हाळा व जे हृदयाचं प्रेम दिलं आहे ते मी जीवनभर कधीही विसरणार नाही.

'कोल्हापूर' या नावाबरोबर असंख्यात स्मृतींची कारंजी मनात बरसू लागतात.

'मी कोल्हापूरकर आहे' याचा मला सार्थ अभिमान वाटतो.

या गावाच्या नावाबरोबर असंख्य व्यक्तींचे चेहरे क्षणभरातच डोळ्यांसमोर तरळतात- त्यात-

माजी आमदार पी. बी. साळुंखेसाहेब, निवृत्त प्रा. श्री. पां. ना. कुलकर्णी, कलेवर सहज भाष्य करणारे श्री. ना. वा. देशपांडे, संगीतात प्रगती करू बघणारा रसिक मित्र श्री. अरविंद पोवार, त्याचा साहाय्यक श्री. अरुण सरनाईक यांचा पुतण्या श्री. चंदू सरनाईक, लेखनात धडपड करणारा प्रा. अशोक रावराणे, समर्थपणे कथालेखन करणारे व अंगाई या मराठी चित्रपटकथेचे लेखक, माझे अत्यंत नम्र व मनमिळाऊ मित्र श्री. चंद्रकुमार नलगे, त्यांना मार्गदर्शन करणारे माझे प्रिय मित्र श्री. आर. के. कुलकर्णी, नव्या सुरेख कविता लिहिणारे कल्याण कुलकर्णी व श्रीराम पचिंद्रे राजाराम हायस्कूलमधील माझे सर्व सहकारी अध्यापक व विशेषत: 'मामू' नावाचा एक शिपाई मला विसरताच येत नाही. त्यांच्या आशीर्वादाच्या पाठबळावर मी पुढे चाललो आहे. निर्धारपूर्वक जाणार!

यातही प्रिय मैतर 'अशोक गगराणी' याला मी विसरूच शकत नाही. एखादं शिल्प एखाद्या काळ्याकरंद पण शुद्ध पाषाणावर कोरलं जावं- तसं त्याचं व्यक्तिमत्त्व माझ्या मनावर कोरलं आहे.

त्याला 'मैतर' म्हणून एकच आंतरिक सदिच्छा व्यक्त करून थांबतो.

साथी, तुम जिओ हजारो साल ।
'हरसालके' दिन हो पचास हजार ॥

■

क्रां. नाना पाटील

समोरचं हे वाळवंट. भिवरेचं- चंद्रभागेचं. या वाळूच्या शिवारावर भक्तीचे मळे शेकडो वर्षं फुललेत. टाळ मृदंगांच्या गजरानं या वाळूच्या अंगावर रोमांचांची बाभुळबनं फुटलीत. या नदीच्या लाटेलाटेबरोबर संतांच्या ओव्या फुलल्यात. अभंग उठलेत, वारकऱ्यांच्या दिंड्या, पालख्या मराठी मुलखाच्या कानाकोपऱ्यातून गर्जत आल्या नि या वाळवंटाच्या उबदार मांडीवर विसावल्या.

जी हयात जगलो तिच्यात या वाळवंटाकडे लक्ष देणं कधी जमलं नाही. खोटं तरी कशाला बोला? ज्यासाठी जगलो त्या रिवाजात या वाळवंटाला कवडीचंही मोल नव्हतं. ते आयुष्यच वेगळं होतं! कात टाकली की साप तवाना होतो. बदलत नाही. सळसळ तीच राहते, डंख तोच राहतो. आपल्या फणीचा अभिमानी डोल तोच राहतो. माणसाचं तसं नाही! माणसानं कात टाकली की केवढा पालट होतो त्याच्यात! होय. कधी कधी माणसालाही कात टाकावी लागते!

आज या वाळवंटाशीच नातं जडल्यासारखं वाटतं- छे! या वाळवंटात मला चक्क एक आरसा दिसतो. माझं बिंब मला त्यात स्वच्छ व स्पष्ट दिसतं. ते वाळवंट आणि मी सारखाच असं वाटतं. वारकरी वाळवंट! वारकरी मी. मात्र कुठल्याही विठोबाकडं न जाणारा! जेव्हा संत नांदले तेव्हा या वाळवंटालासुद्धा फुलबागेचा मुखडा मिळाला. आपोआप आज या वाळवंटाला वरच्या तळपत्या तापदेवाची जोड मिळालीये. इथलं ते भावजीवन निघून ग्येलंय. आजही इथं सटीसहामाहीला टाळ-मृदंग धुमतात. उखणल्या रस्त्याच्या कडेला वडाराकडून फुटणाऱ्या खडीच्या आवाजासारखे ते वाटतात! भावशून्य. आजही इथं अभंग गायिले जातात. पावडरच्या दुधासारखे ते निःसत्त्व वाटतात. कसल्याही भावभक्तिच्या प्राप्तीसाठी मी इथं आलो नाही. या टाळांवर, या अभंगांवर कधी जीव जडला नाही. त्यांचा तिटकाराही कधी वाटला नाही. खरं तर यांची नोंद घ्यावी असंच कधी घडलं नाही. का? तर पिंडच

तसा नाही म्हणून! आणि कुणालाच आपला पिंड असाच का याचं उत्तर काही देता येत नाही.

आमचं 'दैवत' वेगळं होतं. आजही आहे. या पंढरीच्या विठोबापेक्षा वयानं लहान! आमचं दैवत- राजा शिवाजी! होय मार्क्सच्या साम्यवादाचा एक पाईक झालो- इथल्या भाषेत त्या दिंडीतला वारकरी झालो तरी दैवत होतं नि आहे राजा शिवाजी! हेच दैवत का? तर त्याचा झटक्यात मिळणारा वर माझ्या रांगड्या, शेतकरी, कुणबाऊ मनाला पटणारा होता. पेलणारा होता. कसला तो वर? 'अन्यायाची चीड! आणि त्याविरुद्ध लढा!' हेच जीवनभर करीत आलोय.

आयुष्याचा हिशेब कधी मांडला नाही. त्यामुळं ताळेबंद बघण्याची गरज उरली नाही. खूप बघितलंय. इतकं की बघून बघून नजर मरायला पाहिजे होती. मेली नाही. या देशाला थिजवणाऱ्या गुलामगिरीचा काळा दाट अंधार बघितला. कळायला लागलं तेव्हापासूनच त्या अंधारानं जीव घुसमटला. पेटून उठलो. अंगात हत्तीची रग होती, डोळ्यात सिंहाच्या नजरेची आग होती. रक्तात कृष्णा-कोयनेच्या पाण्याची जाग होती.

फालतू तलाठ्याच्या नोकरीचा वीट आला. गोऱ्यासाहेबाच्या सदरेवर उभं राहताना कुणबाऊ काळजाला काच पडू लागला. मग व्हायचं तेच झालं. राजीनाम्याची पत्रावळ भिरकावून दिली. भवतीच्या आगीत उडी घ्यायचं ठाणलं. १९३० साली महात्मा गांधींची काँग्रेस होती त्या वेळी. ती काँग्रेस म्हणजे रावणानं पळवून नेण्यापूर्वीची सीताच होती! तिच्या पायाच्या तीर्थाचा एक थेंब एखाद्या तरण्या ओठांआड गेला की, त्याचं उभं गाव कसं-संजीवनी प्यायल्यासारखं निर्भय व्हायचं.

आमचा सातारा जिल्हा तर स्वातंत्र्याच्या चळवळीत बिन्नीवर होता. १९३० च्या सत्याग्रहासाठी प्रत्यक्ष म. गांधींनी माझी निवड केली. विनोबा भाव्यांच्या बरोबर! छातवान कसं अभिमानानं तटतटून आलं. त्यावेळचा सत्याग्रह चुटकीसरसा संपायचा. जनजागरण हाच त्याचा मूळ उद्देश असायचा. पोलीस सत्याग्रह्यांना, तेही नीट करू द्यायचे नाहीत.

आमच्या सत्याग्रहाच्या वार्ता झळकल्या. वातावरण चढीला पडलं. सत्याग्रहाची जागा जाहीर झाली. साताऱ्याचा एक चौक. ठरल्यावेळी मी सत्याग्रहाच्या जागेवर दाखल झालो. साताऱ्याच्या जागेवर दाखल झालो. साताऱ्याच्या त्या वेळच्या गोऱ्या डी. एस. पी. नं. शे- पाचशे पोलिसांचं कडं त्या जागेभोवती आवळलं होतं. एका ट्रकच्या टपावर मी चढलो. माणसांचा मुंगीदाट थवा भवत्यानं दाटला होता. त्यांच्या मनातील मरणाचं भय हटवायला हीच वेळ नामी होती.

ट्रकच्या टपावरून मी घोषणा दिल्या- 'वंदे मातरम्! म. गांधी की जय!' ट्रकला पोलिसांनी घेराव टाकला. डी. एस. पी. काळ्या दंडक्याचं कांडकं नाचवीत

आपल्या पाळीव कुत्र्यांना मला कैद करण्याचा हुकूम देत ट्रक भवत्यानं हैदोसू लागला. बघी जनता 'आता काय होतंय?' म्हणून डोळ्यात जीव गोळा करून बघू लागली. विजेसारखी विचाराची एक लकेर माझ्या मनात तरळून सरकली. चढलेला हा ताण एका क्षणात पलटीला घातला पाहिजे. हीच ती वेळ आहे. लोकशिक्षणाची.

गोऱ्या डी. एस. पी. कडे तुच्छतेनं बघत बेदरकार, मिस्कील खदखदा हसत मी म्हणालो, "आरं कशाला गोळा क्येलाय एवढा गोतावळा? माणूस ग्येलं तर तिरडीला लईत लई चार जणं ब्येस होत्यात!! मी धट्टाकट्टा हाय म्हणून हवं तर सा जणं ठेवा. ही जत्रा कशापायी आणल्येस? वंदे मातरम्!"

भवतीचा सगळा जमाव हसला. थरथरला ते ऐकताना. माझ्या कानांवर घोषणांचा कल्लोळ पडला- 'क्रांतीसिंहाचा विजय असो! नाना पाटील झिंदाबाद!'

त्या सत्याग्रहानं गजाआड गेलो. त्या वेळी तुरुंगात जाणं म्हणजे आज २६ जानेवारीला 'भारतरत्न' किताब दिल्लीच्या शाही सोहळ्यात स्वीकारताना वाटेल तेवढ्या भाग्याचं वाटायचं! एकवेळ तुरुंगाबाहेर असताना क्षणभर तरी देशाचा विचार मनातून चुकार व्हायचा; पण गजाआड असताना तसं कधी व्हायचं नाही. आज जसे पोलीस सबइन्स्पेक्टर, रेंजर, मेजर यांचे ट्रेनिंगचे कॅंप असतात. त्या कॅंपवरचं शिक्षण झालं की हा 'अफसर पठ्ठ्या' तयार होतो, तसे त्या वेळी तुरुंग होते! तिथली हवा, कडवेपणा फुलता करायला जबरी होती. तुरुंगात जाऊन आलेला मूळचा कच्चा, अधमुरा मायेचा पूतही बाहेर पडला की मशालीचं काळीज घेऊनच बाहेर पडायचा. माणसाला मरण भाकरीच्या तुकड्यासंगं चटणी लावावी तसं स्वातंत्र्याच्या चळवळीला हलक्या हातानं कसं लावायचं याचं ट्रेनिंग देणारे होते ते तुरुंग! आमच्या वेळची एक पिढी तुरुंगानंच आपल्या मांडीवर वाढविली आहे. मोठमोठे ग्रंथ अशा कैद्यांनीच तुरुंगातच लिहिले.

भय मनात कधी नव्हतंच. त्यामुळं ते चेपायचं कारण नव्हतं. त्या पहिल्या सत्याग्रहानं छातीचा भाता मात्र एका जबरदस्त विश्वासानं चौथडी भरून आला. ही माती मोकळी झाली पाहिजे. इथला माणूस- 'माणूस' म्हणून ताठ मानेनं जगला पाहिजे. शिवाजीराजाचा हा देश गुलामीच्या टापांखाली मावळमर्दानगी पार भुलून कसा ग्येलाय? तो पेटून उठला पाहिजे. त्यासाठी आता हातानंच आपल्या घरादारावर निखारा आणि तुळशीपत्र एकजोडीनं ठेवायला पाहिजे. आता बोहल्यावर चढायचं ते प्रसंग पडला तर मरणाच्याच! म्हणून लग्नाचा कधी विचार केलाच नाही. ते चुकलं असं आजसुद्धा वाटत नाही.

गांधींचा देशभर झंझावाती दौरा होत होता. कधी मिठाचा, कधी परदेशी मालांच्या चौकातील होळीचा, असा निषेधाचा वणवा देशभर पेटला होता.

एकीकडून सशस्त्र क्रांतीचा भडका उठवावा, सफेद कातडीची काळी राजवट

उलथवून टाकावी म्हणून तरुण रक्त सळसळत होतं. ऐन उमेदीच्या असंख्य माना दोरखंडी फासात पिळल्या जात होत्या. तरीही त्यावरचे अशरण ओठ बेहोश गर्जत होते- 'इन्कलाब झिंदाबाद! भारत माता की जय! वंदे मातरम्!!'

दोन ठसठशीत विचारप्रवाह त्या काळात स्वातंत्र्यप्राप्तीसाठी वेडावून या देशात आड येणारे बांध फोडत धावत होते. सत्याग्रहाचा, स्वदेशीचा, असहकाराचा गांधीजींचा मार्ग आणि सशस्त्र क्रांतीचा इन्कलाबचा क्रांतिकारकांचा– मंगल पांडे, झाशीची राणी, नानासाहेब पेशवे, सुभाषबाबू, स्वा. सावरकर– यांचा सशस्त्र क्रांतीचा मार्ग. दोन्हीही मार्गांतील अनुयायांबद्दल सामान्य आमजनतेत उरभर आदर दाटून होता. कसेही का होईना लोकांना स्वातंत्र्य हवे होते. स्वातंत्र्य! स्वत:वर नसेल एवढे प्रेम या एकाक्षरी अमृतसत्यावर आमच्या पिढीने केले.

'स्वातंत्र्य' म्हणजे काय? स्वत:चे राज्य. गोरे गेल्याखेरीज ते येणार कसे या देशात? गांधींच्या असहकाराच्या, सत्याग्रहाच्या मार्गांनी इंग्रज सरकारची नाकेबंदी करीत आणली होती. बरेच दिवस मी त्या तत्त्वाचा पाईक होतो. सत्याग्रह केले. विदेशी माल पेटविले, डुयींवर पेटत्या पेट्रोमॅक्स घेऊन पिकेटिंग्ज घडविली. या मार्गांनी नाक दाबताच सरकार तोंड उघडेल, त्यातून स्वातंत्र्यसूर्य बाहेर येईल या एकाच वेडानं पछाडलेले आम्ही घरादारांना, रक्तानात्यांना, इतर सुखदु:खांना पारखे झालो होतो.

सरकार गांधीजींना अटक करीत होते. तुरुंगातूनही गांधीजी चळवळीला आदेश देत होते. तरी स्वराज्याची मुद्रा काही गोऱ्या सुसरीच्या काटेरी टणक पाठीवर उमटत नव्हती! या जीवघेण्या तणावाचे प्रत्यक्ष काँग्रेसच्या श्रेष्ठींमध्ये प्रतिसाद उमटू लागले. सशस्त्र उठावाला हात घालावा म्हणून सुभाषचंद्रांनी त्रिपुरा अधिवेशनानंतर काँग्रेसचे व्यासपीठ सोडले. ही घटना मला बोलकी वाटली. मनात विचारांची चक्रं फिरू लागली. सुभाष आम्हाला बंगालचे शिवाजी वाटत. तडफदार, सूर्यपेट, पुरुषी नेता होता तो.

भारतात ही घटनाचक्रं फिरत असतानाच युरोपमध्ये जर्मनीनं दुसऱ्या महायुद्धाचा भयानक आव्हानी भडका उडवून दिला. जर्मनी आणि दोस्त राष्ट्रांची सुंदोपसुंदी जुंपली असताना या देशाची 'स्वातंत्र्य- जगदंबा' पोच नाचवीत मोकळी करणं, मुक्त करणं अगत्याचं होतं. श्रेष्ठ नेत्यांपासून सामान्य नागरिकांपर्यंत सर्वांनाच आच लागली. 'स्वातंत्र्य- स्वराज्य!' देशभर इंग्रजविरोधी निषेधाची तीव्र संतापी लाट उफाळून आली- 'छोडो भारत! चले जाव!' ९ ऑगस्टला मुंबईत गवाळिया टँकच्या मैदानात म. गांधींनी नि:संदिग्ध गर्जना देताच बेचाळीसचा लढा सुरू झाला. जनतेचा सर्वस्तरीय झगडा सुरू झाला.

सर्वोच्च थराचं एकजात नेतृत्व गांधीजींसह इंग्रजांनी गजाआड तुरुंगात कोंडून

टाकलं. 'चले जाव' ची निर्वाणीची चळवळ दुय्यम नेतृत्वाकडे तरुण रक्ताच्या हाती भारताच्या नियतीनंच सुपूर्द केली. शाळा, कॉलेज, सार्वजनिक स्थळं हा हा म्हणता ओस पडली.

मला माझ्या पिंडाला पाहिजे तसा पोषक काल सामोरा आला. भूमिगत होऊन आम्ही स्वातंत्र्यप्राप्तीच्या मार्गात येणारी स्वकीय-परकीय सारी बांडगुळं छाटण्याचा विडा उचलला. साताऱ्याची दरी-दरडींनी भरलेली भूमी त्याला नामी होती. गांधींना बगल देऊन मी क्रांतीकडे वळलो.

सवाई, चक्रवाढ व्याजानं नाडल्या गरिबांची राजरोस पिळवणूक करून उलट उजळ माथ्यानं सरकारला मदत करणारे कृतघ्न धनलोभी, भूमिगतांचे पैशाच्या लालचेनं ठावठिकाणे सांगणारे बेईमान फितवेखोर, सरकारी चाकरीच्या अधिकाराचा गैरफायदा उठवून जनतेला अमानुष छळणारे पोलीस व मुलकी अधिकारी यांना शासन देण्यासाठी आम्हीच आमचं एक 'शासन' निर्माण केलं. 'प्रति सरकार!'

सातारा आणि त्यालगतचा फाटा आमच्या 'प्रति सरकारच्या' कल्पनेनं थरारला. जिथं 'वंदे मातरम्' ही घोषणा देताच तुरुंगात रवानगी व्हायची तिथं दुसऱ्या सरकारची कल्पना बोलणाऱ्यांची रवानगी स्वर्गातच व्हायला वेळ लागणार नव्हता; पण माझं आणि माझ्या सोबत्यांचं मरणाचं भय केव्हाच मेलं होतं. खरं सांगायचं तर तेव्हा मरायलाही आम्हाला सवड नव्हती! जनजागरणाची देशभर उसळलेली लाट पकडून आम्हाला इथला माणूस सर्व भय-बंधनातून मुक्त करायचा होता. कष्टणारा, श्रमणारा आणि कुणाच्याही टाचेखाली फुकाफुकी मूकपणी चिरडला न जाणारा स्वतंत्र माणूस.

आमच्या 'प्रति सरकारची' अशा पाप्यांनी हाय खाल्ली. जनतेनं उदंड मायेचा प्रतिसाद दिला. आम्ही क्रांतीचं अग्निकंकण मनगटी बांधलं. त्यातही समाजावरच्या उपकाराचा डौल नव्हता. होती ती स्वत:लाच सुखविणारी बेहोशी.

पदोपदी पसरून निखारे
आपुल्याच हाती
होऊनिया बेहोश
धावलो ध्येयपथावरती
विश्रांतीस्तव कधि न
थांबलो पाहिले न मागे
बांधू न शकले प्रीतीचे
वा कीर्तीचे धागे
एकच तारा समोर होता-

पायदळी अंगार.
गर्जा जयजयकार ।
क्रांतीचा गर्जा जयजयकार ।।

या नमुन्याची ती बेहोशी होती. आम्ही ओवाळून टाकले होते आमच्यावरून आम्हालाच! कारण आम्ही म्हणजे दुसरे कुणी उरलोच नव्हतो. सरकारी खजिना घेऊन जाणाऱ्या रेलगाड्या लुटाव्या. ती संपत्ती भूमिगत देशभक्तांना, गरिबांना वाटावी. जुलमाचे अन्यायी गड्डे शोधून उखडावेत असा धडाका आम्ही सुरू केला. बेचाळीस सालाने भारताच्या इतिहासात सातारा जिल्ह्याचे नाव आघाडीवर आणले. राज्यकर्त्यांच्या लंडन दरबारी वाळव्यासारख्या कुणबाऊ गावाची गंभीर चर्चा झाली.

ते दिवस मंतरलेले होते. सूर्य उशाला घेऊन आभाळ पांघरून साताऱ्याच्या कुठल्याही दरडीतल्या खोपटात अंग टाकताना कुडी धन्य वाटायची. रोज नव्यानं उगवणाऱ्या दिवसाबरोबर नवनवीन मरणं आमच्याभवती घिरट्या घालू बघायची. कुठली अज्ञात शक्ती आम्हाला धकवून नेत होती याचा आजही मला माग घेता आलेला नाही. पोलिसांचा ससेमिरा चुकविण्यासाठी कधी आम्ही मेलेल्या म्हातारीचं सोंग घेऊन जिवंतपणी तिरडीला आवळून घ्यावं, कधी मेंढरांच्या कळपात दडी घेऊन रात्र रात्र मेंढरू म्हणून काढावी. कधी बाळंतीणीचं सोंग घेऊन तिला उठवून मुखडाभर फडकं आवळून तिच्या बाजेवर ओली बाळंतीण म्हणून लेटावं!

परिस्थितीच आम्हाला शहाणपण शिकवीत होती. अठरापगड लोकांच्या सद्भावना तारीत होत्या. जीव वाऱ्यावर सोडलेल्या भूमिगत कार्यकर्त्यांना दुसरं कोण तारणार?

४२ च्या लढ्यात अवघा देश घुसळून निघाला. महायुद्धाच्या खाईत होरपळून निघालेलं इंग्लंड साम्राज्यशाहीच्या जागतिक सिंहासनावर डळमळू लागलं. स्वातंत्र्याचं पीक आता अगदी पोटरीला आलंय हे आम्हाला कळून चुकलं. तो सोन्याचा दिवस अगदी उंबरठ्यावर येऊन ठेपला. दुभंगून का होईना देश स्वतंत्र झाला. आमच्या छातीतील फडफडती पाखरं उडून जातील की काय एवढा अभिमानी आनंद आमच्या उरात उसळला. आता दीडशे वर्षांची काळरात्र सरत होती. आम्ही घडवू तेच गोमटं या देशात आता फळणार, फुलणार होतं. 'स्वातंत्र्य-स्वराज्य' या नुसत्या उच्चारानं आमच्या मिशांचे केस ताठरत होते.

या विजयी वळणावरही 'हुश्श' करून विसावा घ्यायला आम्हाला उसंत अशी नव्हती. उलट येणाऱ्या स्वातंत्र्यानं आता मागणीचा पदर पसरला होता. इमान, कष्ट, निष्ठा, त्याग अशी एकापेक्षा एक चढीची वाणं ते मागत होतं. या लक्ष्मीला हे दिल्याशिवाय ती नांदती होणार कशी?

राष्ट्रपिता गांधीजींच्या भरल्या जीवाचं माप उंबरठ्यावर लवंडून ही स्वातंत्र्यलक्ष्मी

भारताच्या गृहात आली. गरुड स्वर्गाप्रत भरारी मारून, गंगा पाताळापर्यंत सूर घेऊनही सुवार्ता देवदेवतांना सांगून आली. माझा या भाकड कथांवर विश्वास बसणार नव्हता! माझा देव मी मानला होता. या मातीतला माणूस. माझं रामायण ठरलं होतं. साम्यवाद. माझ्या देवाकडं मला नेणारा दूत होता मार्क्स. माणसाला माणूस म्हणून जगू देणं हे माणसाच्याच हातात आहे एवढं सरळधोप सांगणारा. देव, देश, धर्म, सुबत्ता हे सारं माणसासाठी आहे. त्याला हे कुणी दिल्यानंतर मिळणार नाही. मिळवावं लागेल.

ज्या खांद्यावर गांधीजींचा चरखाधारी तिरंगा घेतला होता त्याच खांद्यावर मी मार्क्सचा हातोडी-विळ्याचा लालबावटा घेतला! जाणीवपूर्वक समजून-उमजून.

लोक म्हणायचे तुम्ही पार्ट्या बदलताय, ते का? मी हसून उत्तर द्यायचो, ''मला पंढरीला जायचं आहे. म्हणून निरनिराळ्या गाडीत बसलो. एक गेली साताऱ्याला, एक गेली विजापूरला नि एक गेली बेळगावला. म्हणून आता नीट पाटी बघून, दोन शहाण्यासूर्त्यांना विचारून या लालबावट्याच्या गाडीत बसलोय. हीच मला पंढरीला नेणार!''

निवडणुका झाल्या. मी खासदार म्हणून बीड जिल्ह्यातून निवडून आलो. पहिली पाच वर्षं जनतेच्या प्रश्नावर आकांताने झगडलो आणि तिसरा एक स्वाभिमान डिवचणारा घोळ उभा राहिला. भाषावार प्रांतरचना केली तर कारभार सुखाचा होईल म्हणून नेहरू सरकारने त्या विषयाला हात घातला.

महाराष्ट्राची पद्धतशीर नाकेबंदी करण्याचा घाट त्या वेळच्या मुख्यमंत्री मोरारजी देसाई आणि केंद्रातील काही श्रेष्ठींनी घातला. मुंबई महाराष्ट्राला द्यायची नाही हा त्या नाकेबंदीचा गाभा होता. महाराष्ट्रावर हा धडधडीत अन्याय होता. अन्यायाची चिड तर रक्तात ठासून भरलेली.

आता मराठी जनता न्याय मिळवून घ्यायला जागवून उठविणंच भाग होतं. आ. अत्रे, एस. एम., दाजीबा देसाई, कॉम्रेड डांगे, प्रबोधनकार ठाकरे, जयंतराव टिळक, लालजी पेंडसे, बॅ. नाथ पै, माधवराव बागल, बापूसाहेब काळदाते असे चौबाजूंचे नेते गोळा झाले. सर्व राजकीय मतभेद विसरून पुण्यात सर्वपक्षीय एक आघाडी बांधली गेली. 'संयुक्त महाराष्ट्र समिती'. मराठी माणसाच्या जिव्हाळ्याच्या बाबींसाठी, मुंबईसाठी झगडा सुरू झाला. उभ्या महाराष्ट्राची फरफरती, लढाऊ मशाल झाली. ज्वाला गर्जू लागल्या- 'मुंबई, बेळगाव, कारवार, मालकी, बिदरसह- संयुक्त महाराष्ट्र झालाच पाहिजे!'

सत्याग्रह, निदर्शने, उपोषणे यांचा तणाव दिवसागणिक वाढू लागला. एका विराट मोर्च्यावर मुंबईत मोरारजींच्या खाकी डगलेवाल्यांनी अमानुष गोळीबार केला. १०५ हुतात्म्यांचं रक्त मातीला अर्घ्य म्हणून मिळालं. सरकारशी जनता इरेसरीला

पडली. बांद्यापासून चांद्यापर्यंत आमचे झंझावाती दौरे सुरू झाले. शहराचा, खेड्यांचा, चौक चौक भाषणासाठी फुलू लागला. नेते आणि जनता यांची दिलजोड झाली. अवघा मराठी मुलूख घुसळून निघाला. घर घर किल्ला बनला. मी पहिला सत्याग्रही म्हणून तुरुंगात गेलो!

यातच विधानसभेच्या निवडणुका आल्या. हुतात्म्यांच्या रक्ताला जागून मराठी जनतेनं समितीवर भरघोस मतांचा नुसता वर्षाव केला. विधानसभेला हादरा बसला. शिष्टमंडळं दिल्लीच्या वाऱ्या करू लागली. नेहरू कुणाला दाद द्यायला तयार नव्हते. सत्याग्रहींचा मोर्चा प्रत्यक्ष दिल्लीवर सोडण्याचा निर्णय घेतला. मी सत्याग्रहींच्या मेळ्यातून दिल्लीला गेलो. दिल्लीच्या इतिहासप्रसिद्ध रस्त्यारस्त्यावर 'शिवाजी महाराज की जय' म्हणताना अनुभवलेला बेहोश आनंद आजही आठवतो. अंगावर पसाभर मांस चढल्यागत वाटतं.

संयुक्त महाराष्ट्राच्या चळवळीच्या वेळीच २४ सालांनंतर महाराष्ट्र मला जिवंत, पेटलेला दिसला. क्षणाक्षणानं तंग होणाऱ्या वातावरणामुळं सरकारला समितीपुढं नमतं घ्यावं लागलं. महाराष्ट्राला मुंबई मिळाली. मंगल कलश आला. गांधीजींच्या जाणत्या मतानुसार स्वातंत्र्यप्राप्तीनंतर काँग्रेस विसर्जन व्हायला पाहिजे होती. ती झाली नाही. संयुक्त महाराष्ट्रानंतर समिती टिकायला पाहिजे होती. ती टिकली नाही! मराठी माणसाला विजय पचविता येत नाही हेच ऐतिहासिक सत्य पुन्हा एकदा सिद्ध झालं! समितीनं जनतेच्या आशा पालवल्या होत्या. ती मोडल्यानं त्या कोळपल्या.

माझ्यासमोर एक मार्क्सच मला भुरळ घालणारा होता. कम्युनिस्ट पार्टीचं काम करीत निवडणुका जिंकत, मोर्चे काढत माझ्यातील साम्यवादी पाईक चालला होता. या देशात कधीतरी चीड उफाळेल, क्रांती उठेल ही माझी उमेद होती. काळ चालला होता. वय आयुष्याच्या उताराला लागलंय हेही मला नीट कळलं नाही!

एकीकडून महागाईचा राक्षस अल्लाद्दीनच्या दिव्यातून आल्यासारखा क्षणाक्षणाला वाढत चालला होता. गरीब दिवसेंदिवस गरीब, श्रीमंत कलेकलेनं अधिक श्रीमंत असं विचित्र सत्र भारताच्या स्वातंत्र्याला घेरू लागलं. मिळतील त्या चार शेंगा आपल्या बिळात नेऊन ठेवणाऱ्या उंदरासारखी माणसांची मनोवृत्ती झाली. देशभक्तीच्या नावाखाली बाजारबुणगे स्वातंत्र्य कुरतुडू लागले. समाज हताशवादाच्या प्रचंड डोंगराखाली तडफडू लागला. स्वातंत्र्यानंतर या समाजानं २५ वर्षांत कमावलं काय? हताशवाद! आणि तीन युद्धं!

स्वराज्य लुटणारे गोड गोड बोलत लुटीतच राहिले. त्यांना भोवतीच्या समुदायाची दुःखं ऐकायला सवड नव्हती आणि इच्छाही नव्हती. भ्रष्टाचार, चंगळवाद, जातीयता, आर्थिक विषमता, गुन्हेगारी, शैक्षणिक आबाळ, स्त्रियांची पिळवणूक या साऱ्यामुळे

इथला रहिवासी पार गांगरून गेला. त्याला मायेनं थोपटणारा महात्मा उरला नाही. उलट्या पायानं भुतांची पिलावळ चालावी तशी या देशातली माणसं चालायला लागली. नजर ठरणार नाही असा पसरलेला हा समाज समोर येईल त्याला पाठ दाखवीत जगतो आहे. पाण्यातील प्रेत सडत जावं, येईल त्या माशानं त्याचा लचका कुरतडावा तशी त्याची स्थिती झाली आहे. पाण्यात मगरी घुसाव्यात तसे ढोंगी लोक सगळ्या आघाडीच्या कट्टीच्या जागा बळकावून बसले आहेत. हरिजनांच्या झोपड्यात जाऊन त्यांच्या पोराबाळांना मांडीवर घेऊन अंघोळ घालणारा गांधी आता उरलेला नाही. वाली नसलेला हा विराट, कंगाल समाज बांधावा म्हणून दोन्ही हात पसरून उमेदीनं झटलो. चौवाटांनी धावणाऱ्या या भरतीच्या लाटा थोपवायला माझे हात थिटे पडले. कितीदा तरी वाटलं या गर्जत्या लाटांचा पाणमारा नाकातोंडात शिरून देह इथंच पडावा. समाजाच्या उंबरठ्यावर कुडीची धूळ पडावी. ते काही घडलं नाही. घडणार नाही. समाजाला मी मूक मरणं मान्य नाही. मी त्यांचा 'क्रांतिसिंह' आहे! क्रांतिवीर आहे!!

म्हणून या वाळवंटावर आलोय. चंद्रभागेच्या-भिवरेच्या. पंढरीच्या. कसल्याही मोक्षाची आस मनात नाही. माझ्यासमोर चंद्रभागेचं क्षीण, कोरडं पात्र आहे. याच नदीच्या लेकीच्या कुशीनं, इंद्रायणीच्या कुशीत– नदीत, लोकांच्या आग्रहासाठी आपली जीवाच्या परिश्रमानं बांधलेली गाथा तुका वाण्याला सोडावी लागली होती. ती सोडून हिच्या काठाला तो तीन दिवस उपाशी बसला होता. त्याचा आपल्या मनाशीच संवाद चालला होता. माझाही तसाच चालला आहे. माझ्याच मनाशी माझा संवाद मीही माझ्या जीवनाची गाथा सोडून दिली आहे. लोकगंगेत! ती तरेल की नाही याची मला चिंता नाही. तुका वाण्याचा संवाद तीन दिवसांनी संपला होता. मला माहीत आहे. माझा हा संवाद कधीच संपणार नाही.

मला विरक्ती आलेली नाही. मी जीवनभर एक वारकरी होतो. जुलमावर वार करणारा! आजही आहे. माझी पंढरी मात्र देह पडला तरी मला भेटणार नाही. मग इथंच या-या भागवतांच्या पंढरीत का आलो? इथल्या या वाळवंटानं मला इथं खेचून आणलं आहे. ज्या समाजाच्या उंबरठ्यावर माझ्या देहाचं पान टपकावं असं वाटतं त्याचं प्रतीकच आहे हे वाळवंट. पिढ्यान्‌पिढ्या या वाळूवर मी प्रेम केलेल्या भाबड्या जनसागराचे पाय उमटले आहेत.

मला विठोबाशी बोलायचं नाही. चंद्रभागेला साकडं घालायचं नाही. माझं नातं, माझी बांधीलकी या वाळवंटाशी आहे.

समाज मला विसरेल याची खंत बाळगण्याएवढा भाबडा मी कधीच नव्हतो. जे प्रेम मी या जनसागरावर केलं ते माझ्या समाधानासाठी होतं. त्याची परतफेड कधी मनी धरलेली नाही. ती व्हावी अशी तर मुळीच इच्छा नाही.

माझ्या मनात एकच प्रश्न रुंजतो आहे. महात्मा गांधी, शिवाजी, मार्क्स आणि पंढरीचा विठोबा यांच्याशी मी कुठल्या धाग्यांनी जखडलो गेलो होतो? चार दिशांना चारीकडे तोंड असलेले हे जीवनादर्शांचे संकेत माझ्या जीवनवाटेला का आणि कसे भेटत गेले? ज्याचं मलाही सापडलेलं नाही ते उत्तर महाराष्ट्रातील दुसरं कोणी देईल असं मला वाटत नाही. फक्त एकच आस, एकच जबरदस्त इच्छा आजही मनात उसळून उठते. वाटतं-समोरचं हे चंद्रभागेचं वाळवंट असंच पसरलेलं असावं. याच्या वाळूकणांची जागा धगधगीत अंगारांनी घ्यावी. थेट आभाळाला जाऊन हे अंगारांचं वाळवंट भिडावं. ते तुडवीत मी शेवटच्या श्वासापर्यंत अखंड चालतच राहावं. माझ्या तोंडी एकच काव्यपंक्ती असावी–

पदोपदी पसरून निखारे
आपुल्याच हाती ।
होऊनिया बेहोश धावलो
ध्येय पथावरती ।

मला विश्वास आहे अशा या वाटेवरचा मराठी मातीत पूर्वी कुणी होऊन गेला असेल, असा एखादा का होईना 'अग्निपुत्र' मला एखाद्या दिव्य क्षणी भेटेल. तो फक्त तोच मला समजावून देईल, होय तो फक्त तोच मला समजावून देईल, माझे गांधी, शिवाजी, मार्क्स आणि विठोबाशी असलेले नाते! त्या क्षणासाठीच मी थांबलो आहे. थांबणार आहे!! ही एकल्याची वाट-एकलाच चालणार आहे!!!

(शेवटी पंढरपुरात एका आश्रमात राहिलेल्या अशरण क्रांतिसिंह नाना पाटलांच्या मनात असेच काही विचार आले असतील का याचा ललितवेध.)

■

(स्व.) यशवंतराव चव्हाण एक मानवतावादी आदर्शालेख!

माझ्यासारख्या, राजकीय क्षेत्राशी सुतराम संबंध नसलेल्या, साहित्यक्षेत्रातील माणसाला आज (स्व.) यशवंतराव चव्हाण यांच्या जीवनधारणेवर प्रकर्षानं लिहावंसं वाटतंय, ते का हे नीट समजण्यासाठी त्यांनी लिहिलेल्या व्यक्तिगत पत्रातील फक्त चारच ओळी खाली उद्धृत करतो. त्या पारदर्शी व स्वच्छ आहेत. यशवंतरावांनी महाराष्ट्रावर व त्याच्या अस्मितादर्शावर मनाच्या तळवटापासून किती निखळ प्रेम केलं, त्याच्या त्या स्पष्ट निदर्शक आहेत. जाणत्यांच्या तर ते पटकन ध्यानी येईल. ते लिहितात–

प्रिय शिवाजीराव यांसी,
परवा आपली प्रतापगडावर भेट झाली. आपला 'छावा' भवानीमातेच्या चरणी अर्पण केला! ही आठवण जन्मभर लक्षात राहील.
'छावा' वाचत आहे. कळावे.

आपला,
यशवंतराव चव्हाण

ही आठवण थोडक्यात अशी आहे. छत्रपती शंभूराजांच्या जीवन संघर्षावरील 'छावा' ही कादंबरी दहा वर्षांच्या अभ्यास, टिपण, चिंतन, पर्यटन अशा प्रयास-प्रक्रियेनंतर सिद्ध केली होती. इच्छा होती, तिचं पूजन यशवंतरावांच्या हस्तेच व्हावं. तसं मी त्यांना, त्या वेळी मी 'जसलोक' हॉस्पिटलमध्ये मुंबईत होतो, तिथून साध्या पोस्टकार्डानं लिहून कळविलं. यशवंतराव परस्पर दिल्लीहून पुण्याला आले. 'कॉन्टिनेंटल'मध्ये घरगुती, साध्या पद्धतीनं माझ्या गैरहजेरीत हस्तलिखिताचं पूजन करून गेले.

महिन्याभरात पुस्तक छापून तयार झालं. पुन्हा मी पहिल्या पाच प्रतींमधील एक प्रत प्रतापगडावर भवानीमातेच्या चरणी त्यांच्याच यशशील हस्ते अर्पण करायची विनंती केली. त्यांनी आपली सोयीची वेळ कळविली. तसे ते कराडहून दुसऱ्या खेपेला प्रतापगडावर आले. मी व कॉन्टिनेंटलचे श्री. अनिरुद्ध कुलकर्णी पुण्याहून प्रतापगडावर गेलो...

आजही काल घडल्यासारखा तो प्रसंग स्पष्ट आठवतो. यशवंतराव दर्शन घेऊन प्रतापगडावरील मंदिराबाहेर पडले होते. नेहमीसारखा कार्यकर्त्यांचा संच बरोबर होताच. ते पायी पंपशू चढवीत असताना आम्ही गेलो. त्यांनी अनिरुद्धला नेमका प्रश्न विचारला, ''छावा आणलाय?'' तो 'होय' असं उत्तरतोय तोच मला प्रश्न आला, ''शिवाजीराव, तब्येत कशी?''

मी 'ठीक' म्हणतोय तोवर पुन्हा बूट उतरून ते स्वतःशीच बोलल्यासारखं पुटपुटले, ''चला,'' आम्ही त्यांच्यामागून मंदिरात प्रवेशलो. आमच्यासाठी असा हा पहिलाच प्रवेश होता. यशवंतरावांसाठी दुसरा.

त्यांनी आपल्या सावळ्या, शिवकर हातांनी 'छाव्याची' प्रत भवानीच्या चरणांशी ठेवली. तिच्यावर हळदकुंकू वाहिलं. ओंजळभर शुभ्र फुलं वाहिली. दोन्ही हात जोडून त्यांनी, काहीतरी साकडं त्या जगन्मातेला घालताना जाणवेल अशी काही काळ डोळे मिटून स्तब्ध, शांत लय साधली!

तेव्हा तर केला होताच; पण आजही जेव्हा विचार करतो की, मिटल्या नेत्री तो सह्याद्रीचा पहाडपुरुष जगदंबेशी नेमकं काय व कुठल्या भाषेत बोलला असेल? काही म्हटल्या काहीही मागच लागत नाही त्याचा.

पुढं त्यांच्या आलेल्या वरील पत्रात- 'ही आठवण जन्मभर लक्षात राहील' असा तत्त्वज्ञ, साहित्यिक शब्दांत ओझरता उल्लेख काय तो आला होता तेवढाच.

घनघोर पारतंत्र्य, स्वातंत्र्यासाठी चाललेला देशाचा प्रदीर्घ लढा, अनंत प्रयासांनी मिळालेलं स्वातंत्र्य, १९५० साली देशानं स्वीकारलेली प्रजासत्ताक जीवनपद्धती, धडपडत, चाचपडत चाललेली देशाची प्रजातांत्रिकाची पहिल्या तीन दशकांची १९८० पर्यंतची वाटचाल, या काळात प्रचंड कारखाने, धरणं, खाणी, जहाजं, विमानं अशी देशाची चाललेली, एकारलेली वाटचाल, त्यातच आलेली चीन, पाकिस्तानची, भारताची कसोटी बघणारी आक्रमणं, सर्व निवडणुकांनंतर आलेली काँग्रेसची सरकारं आणि १९७७ ला आलेलं जनता सरकार यांनी एका प्रमुख व अत्यावश्यक बाबीकडे कळत-नकळत अक्षम्य दुर्लक्ष केलं. प्रजासत्ताक राज्यतंत्रासाठी योग्य असा दूरदेशी इथं वावरणारा 'सर्वसामान्य जबाबदार नागरिक' घडविण्याचं सुनियोजित तंत्र वापरणं ही ती बाब होती.

परिणामी देश आज अशा एका वळणावर उभा आहे की, त्याला भांबावल्यासारखं

वाटतं आहे. शेजारचा रशिया दुभंग होऊन शकलग्रस्त झालाय, ६२ ला आक्रमक म्हणून चालून आलेला चीन आशियातील महाशक्ती म्हणून उभारतोय. या पार्श्वभूमीवर आज यशवंतरावांसारखे नेते नाहीत ही बोच प्रकर्षानं जाणवते आहे.

देशातील आजच्या सर्व पक्षांच्या सर्वच नेते मंडळींना या लोकविलक्षण व्यक्तिमत्त्वाकडून बरंचसं काही नक्कीच शिकता येण्यासारखं आहे. तुम्हा-आम्हा, कुठल्याही पक्षाची ध्वजा खांद्यावर घेणाऱ्या सामान्य भारतीयाला तर बरंचसं काही या चरित्रातून शिकता येण्यासारखं आहे. असा कोणता जीवनादर्श यशवंतरावांनी जपला, जोपासला, जगून दाखविला, की जो आजच्या अंधकारसदृश्य भवतालात दीपस्तंभासारखा मार्गदर्शक ठरू शकतो?

यशवंतरावांना फक्त राजकीय नेते व तेही काँग्रेसचे नेते असं मानणारे सदैव एक फार मोठी एकारलेपणाची चूक करीत गेले. त्यांची मनोबैठक निखळ मानवतावादी होती. हा मानवतावादही (आजच्या बहुसंख्य व सर्वच पक्षातील पुढाऱ्यांसारखा) केवळ भाषणबाजीचा व शब्दाळ नव्हता. त्याला क्रियाशील व डोळस करुणेची अत्यंत विचारशील अशी बैठक होती. ते 'पुढारी' नव्हते. खऱ्या सत्यार्थानं 'नेते' होते.

यशवंतराव सर्व पैलूंनिशी महाराष्ट्राला पुरते कधीच कळले नाहीत. दिल्लीला ते कधीच म्हणावे तसे मानवले नाहीत. ६२ साली हिमालयाला सावरायला हा सह्याद्री धावत गेला. ढासळता हिमालय सावरला. त्याच्या आश्रयाखाली भलत्यांनीच कोल्ड्रिंक हाउसेस खोलली, चालवली.

इकडे यशवंतरावांना पारखा झालेला महाराष्ट्र राजकीय, सामाजिक, सांस्कृतिक, शैक्षणिक, सहकार, शेती, उद्योग, मराठी भाषा सर्वच आघाड्यांवर कमालीचं चढत्या भाजणीचं पोरकेपण अनुभवत गेला.

गांधीजींचं नाव उठता बसता घेतच त्यांच्या कोत्या दृष्टीच्या अनुयायांनी एका त्यागी व निष्ठावान, प्रदीर्घ परंपरेच्या पक्षाला हां हां म्हणता धर्मशाळेचं रूप आणून दिलं! धर्मशाळेत काय हौशा, नवश्या, गवश्या कुणीही उतरावं! आपले चार तत्पर 'चमचे' जमवावे. पथाऱ्या टाकाव्या. कुंपणं बांधून सवते सुभे उभारावेत. मनमानी करावी! विचारणार कोण?

'बदल' हा निसर्गाचाच त्रिकालाबाधित, शाश्वत नियम आहे. भले भले भारतीय भाष्यकार सांगून गेलेत. 'तरंगवाद' हाच जीवनाचा स्थायीभाव आहे. इथं कधी न्याय्य विचार राज्य करतो (त्या वेळी अन्यायाचा तरंग पार रसातळाला गेलेला असतो.) कालांतरानं आजचा न्याय्य तरंग पुढे अन्याय्य ठरतो! तो ढळू लागतो! दुसरं पारडं स्वगुणावर उभरून येतं. एव्हाना बदललेल्या नव्या पिढीला तो 'इझम' किंवा 'वाद' आकर्षू लागतो. हे तरंगवादाचं शाश्वत रहाटगाडगं सदैव, अखंड

चालूच राहतं. 'माणसं' आहेत तोवर 'राज्यकर्ते' राहणारच. समाज आहे तोपर्यंत कुणीतरी प्रजाजन राहणार, कुणीतरी 'राजा' होणार! हे टळत नाही. त्या राज्यकर्त्याला 'आदर्श' वाटेल तो विचार हा त्या त्या काळचा 'वाद' ठरतो.

सूक्ष्मपणे तात्पर्य शोधणाऱ्या निरपेक्षालाच समजेल व पटेल की, पहिल्यांदा महत्त्वाचा आहे तो माणूस! 'नहि मनुष्यात श्रेष्ठतरं किंचित' माणसापेक्षा या सबंध विश्वात श्रेष्ठतर असं काहीच नाही.

यशवंतरावांनी सदैव हा 'माणूस'च जीवनादर्श मानला होता. त्यांचा 'मानवतावाद' त्यासाठीच आज नीट चाळून, पिंजून घेण्याचा विषय ठरला आहे.

महाराष्ट्राचे मुख्यमंत्री असताना मराठवाड्यातील धारूर किल्ल्याजवळून ते एकदा दौऱ्यावर चालले होते. 'केज' या गावाजवळ एका दगडी मोरीजवळ कमरेत वाकलेली एक गावरान वृद्धा दिसली. ती एका हाताची झड भुवयांवर धरून समोरून चाललेल्या गाड्यांचा शासकीय तांडा दुसऱ्या हातानं थोपवू बघत होती. तिचं काहीतरी काम होतं.

यशवंतरावांनी तिला पाहिलं. मात्र, पुढं गेलेली आपली गाडी, रिव्हर्स टाकून त्यांनी मागं घ्यायला लावली. सचिव डोंगरे, चक्रधर असे ते तिच्यासमोर गेले. श्रीपादरावांनी तिला विचारलं, "काय बाई, कुठल्या तुम्ही? गाडी का थांबवताय?" तशी ती बाई डोळे बारीक करीत, सुरकुतल्या कपाळावर आठ्याचं जाळं चढवीत, हाताची झड भुवयांवर घेत म्हणाली, "तुम्हांपैकी यशवंतराव कोन?"

ते ऐकून पुढं होत नेहमीसारखं हसत यशवंतराव म्हणाले, "मी आई! काय अडचण आहे? बोला घाबरू नका."

तसं लगबगीनं कासेच्या निऱ्याजवळचा एक कापडी मळकट कसा तिनं खेचून घेतला. त्यात हात घालून सव्वा रुपया हातात घेतला. तो बघून सारेच चक्रावले.

थरथरत्या हातानं ती गावरान भेट आपल्याला कधीच न बघितलेल्या नातवासाठी म्हणून यशवंतरावांच्या हाती ठेवतांना तो मराठमोळा, बावनकशी प्रेमा म्हणाला, 'घे बाबा, तुज्या लेकरासाटनं- नातवासाटनं- कवाधरनं जपून ठेवलाय म्या. त्येला काय तरी गॉड घाल खायला!"

यशवंतराव पार गलबलून गेले. त्या गावरान विठाईच्या चरणांना त्यांनी त्या माळरानावर वाकून स्पर्श केला. त्यांची अलाबला घेत म्हातारीनं त्यांच्या कानशिलावरून ओवाळून घेतलेली आपली बोटं आपल्या कानशिलाजवळ कटाकट मोडली.

गाड्या थांबल्या तशा पुढे निघून गेल्या. पुढं त्या प्रवासात यशवंतरावांना कितीतरी वेळ विठाई आठवली असेल. आज ही आठवण वाचताना जाणत्याला यशवंतरावांना लौकिक अर्थानं संतती नसली तरी अलौकिक अर्थानं त्यांची संतती महाराष्ट्रभर पसरली होती हे प्रकर्षानं जाणवल्याशिवाय राहील काय?

वृद्ध स्त्री यशवंतरावांना सदैव त्यांच्या विठाईची आठवण देत असे. तिला ते आई मानूनच, सदैव आदरीत असत. याची दोन स्पष्ट व रोचक उदाहरणं संस्मरणीय आहेत.

पुण्यात एकदा वृद्ध स्त्रीत्वाचा सार्थ सत्कार एका मंडळानं त्यांच्या हस्ते बालगंधर्व रंगमंदिरात संपन्न केला. यशवंतरावांच्या हस्ते काही वृद्ध स्त्रियांचा सत्कार आयोजित करण्यात मंडळाचा उचित पायंडा पाडण्याचा स्तुत्य असा हा उपक्रम होता. त्या समारंभात आपातत: घडलेली एक मार्मिक घटना यशवंतरावांच्या निखळ, आर-स्वानी मानवतावादी, संस्कारशील मनोबैठकीवर झगझगीत प्रकाश टाकणारी आहे. हे असलं काही शिकवून पढवून कधीच येत नसतं. हे त्या त्या व्यक्तीठायी जन्मत:च असावं लागतं.

या कार्यक्रमाला प्रारंभ झाला. स्वागतगीत, प्रास्ताविक झालं. सत्कारप्राप्त तीन-चार वृद्धा प्रेक्षकांतच बसल्या होत्या. एक एक करीत, नाव पुकारलं जाईल तशा उठून त्या व्यासपीठावर जात होत्या. हसतमुख यशवंतरावांच्या हस्ते शाल पांघरून घेताना भरून पावत होत्या.

काही वेळानं एक नाव घोषित झालं-गिरीजा केळकर! त्या रंगमंदिरात बऱ्याच मागं, चौथ्या-पाचव्या रांगेत बसल्या होत्या. वृद्धत्वामुळे पार थकल्या होत्या. त्यांना नीट दिसत नव्हतं. त्यांच्याबरोबर एक छोटा नातू होता. तो आजीचे हात धरून त्या चिंचोळ्या रांगेतून त्यांना बाहेर काढण्याच्या खटाटोपात होता.

यशवंतराव शाल, श्रीफळ, पुष्पहार आपल्या हाती तोलून क्षणैक थांबले. दुसऱ्याच क्षणी त्यांनी त्या व्यासपीठावरून त्या वृद्ध मातेची 'अडचण' जाणली! उभ्या, गच्च भरल्या बालगंधर्व रंगमंदिराला चक्रावून टाकत ते तसेच पुढं झाले. पायऱ्या उतरून चक्क प्रेक्षकांच्या रांगांत घुसले. थेट बाईजवळ आले. मन:पूर्वक हसत त्यांनी सत्कारमूर्ती माउलीला प्रेमादराची शाल, समस्त पुणेकरांच्या वतीनं पांघरली. त्यांच्या गळ्यात हार चढविला. सुचिन्हाचं श्रीफळ त्यांच्या ओंजळीत अर्पून जेव्हा यशवंतराव स्वत:कडं लहानपण घेऊन त्यांच्यासमोर नमस्कारासाठी झुकले तेव्हा कसलीही भाषणबाजी नसताना काही क्षण अनावर टाळ्यांच्या कडकडाटानं बालगंधर्व नुसतं दणाणून गेलं! एकाच उत्स्फूर्त घटनेनं जमलेल्या सर्वांची अंतरंगं त्यांनी काबीज केली होती. एका निसटत्या निर्णयानं ते केवढेतरी उंच झाले होते. बालगंधर्व रंगमंदिरानं यशवंतरावांच्या रूपानं व्यासपीठावरून प्रेक्षकांत उतरणारा पहिलाच प्रमुख पाहुणा आज पाहिला होता! 'इतिहास' म्हणजे जे घडलं ते; पण प्रत्यक्षात तो घडत जात असतो तो अशा प्रसंगांनी.

अशीच एक घटना आहे, नाशिकच्या एका कष्टकरी वृद्धेची. ती आपल्या शेतीच्या काही गाऱ्हाण्यासाठी तेथील जिल्हाधिकाऱ्यांच्या कार्यालयात खेटे घालून

उबगली. काय वाटलं कुणास ठाऊक! ती आपल्या चार चिरगुटांचं, दशम्या-भाकऱ्यांचं गठुडं आवळून शब्दशः एकटीच रेल्वेत बसली. यशवंतरावांना भेटण्यासाठी चक्क देशाच्या राजधानीत दिल्लीला गेली!

तिनं १- रेसकोर्स, हा पत्ता 'चव्हानसाब' म्हणून एका शीख टॅक्सीवाल्याला सांगितला. त्यानं तिला अचूक पत्त्यावर आणून सोडलं. बाईनं साहेबांच्या बंगल्याच्या दरवानाला गाठलं. नाव-गाव सांगितलं. त्यानं वर्दी दिली. मराठी मुलखातील त्या गावरान वृद्धेला देशाच्या गृहमंत्र्यांच्या निवासात सादर प्रवेश मिळाला. यशवंतरावांनी स्वतः तिचं म्हणणं शांतपणे ऐकून घेतलं. दोन दिवस आग्रहानं ठेवून घेतलं. सौ. वेणूताईंनी लुगडं, चोळी देऊन ओटीही भरली. आपल्या स्वीय सचिव श्रीपादराव डोंगऱ्यांना सांगून तिचं रेल्वे आरक्षण करविलं. डोंगऱ्यांना सोबत पाठवून तिला नीट रेल्वेत बसवून सुखरूप तिची तिच्या पुत्रानं करावी तशी दिल्लीहून बोळवण केली. यशवंतराव नुसते देशाचे 'गृहमंत्री' नव्हते, तर आपल्या निकोप मानवतावादी धाग्यानं असे घराघरात पोचलेले सच्चे 'गृहमानव' होते.

'स्नेह' तर यशवंतरावांनी कमालीच्या मूक स्निग्ध भावानं अत्यंत अलवारपणे जपला होता. देशभर अनेक प्रांतात अनेक भाग्यवंतांना तो लाभला. त्यांच्या स्नेहाला एका ललितरम्य साहित्यिकाची व समाजहितैषी अशा प्रगल्भ चिंतकाची एक सुवर्णी किनार लाभली होती. त्यांनी 'राजकारण' जरूर केलं. त्यासाठी प्रसंगी कठोर निर्णय घेतले. कधी कधी त्यांच्या चाहत्यांना न पटणारे, न मानवणारे निर्णय त्यांनी कमालीची पड खाऊन घेतले. त्यासाठी त्यांच्यावर घणाघाती प्रखर टीकाप्रहारही झाले. त्यांना 'कुंपणावरचा राजकारणी' ठरविण्यात आलं. आज सूक्ष्मपणे, शांत मनानं विचार करणाऱ्या पूर्वग्रहविरहित कुण्याही अलिप्त माणसाला नक्कीच पटेल की, त्या त्या निर्णयात यशवंतरावांचा व्यक्तिगत स्वार्थ कधीच गुरफटलेला नव्हता. त्यात एक दूरदृष्टीचा, अभ्यासू समाजचिंतक दडला होता.

ऐन संयुक्त महाराष्ट्राच्या आंदोलनउद्रेकी, अस्थिर कालातही एकाच आठवड्यात ते कधी पुण्यात दत्तो वामन पोतदारांच्या हातात आदरानं हात दिलेले दिसतील, दोनच दिवसांत कोल्हापुरात ते भाई माधवराव बागल यांच्याशी हाती हात घेऊन बोलताना दिसतील. म. म. द. वा. पोतदार व भाई बागल ही तशी कल्पनेतही एकत्र न येऊ शकणारी वैचारिकता होती हे जाणत्यांना स्पष्ट कळावं.

आजच्या कात टाकून धुवट झालेल्या मतलबी राजकीय जीवनात एका तरी पक्षाच्या एकातरी 'फुडाऱ्याच्या' जीवनात असा काही 'राम' नावाला तरी आमजनतेला दिसतो काय?

या अर्थानं अवती-भवती माणसांचा, पत्रकारांचा गराडा पडला असताना पुढारी नाना ढंगानं आपल्या जनप्रेमाचं प्रदर्शन करताना प्रत्यही बघून आज भारतीय जनता

शब्दशः कंटाळली, वैतागली आहे. या असह्य पार्श्वभूमीवर यशवंतरावांच्या जीवनातील शब्दशः निर्जन रस्त्यावर घडलेला एक हृद्य प्रसंग केवढंतरी सांगून जाणारा आहे.

४२ च्या चळवळीतच यशवंतरावांना एकाच ब्रिटिश बेडीत राजकीय 'जोडकैदी' म्हणून काही काळ कैदेत राहण्याची वेळ आली. हा जोड राजकीय कैदी म्हणजे कोल्हापूरचे बळवंतराव माने. खरी कॉर्नरच्या या चळवळ्या माणसाला कोल्हापूर 'वीर माने' म्हणूनच ओळखतं. हे 'वीर' केवढे? तर प्रजा परिषदेच्या चळवळीच्या काळात हे 'कोल्हापूर संस्थान' भारतीय संघराज्यात विलीन व्हावं या मताचे. त्यासाठी निदर्शनं, मोर्चे करणारे. यांना जनतेपासून तोडण्यासाठी प्रत्यक्ष राजाराम महाराजांनी एकदा नव्या राजवाड्यावर बोलावून त्यांच्यासमोर एक प्रस्ताव ठेवून त्यांना साकडं घातलेलं. प्रस्ताव होता, एका टेकडीवर उभं राहून सभोवार नजर टाकायची. टप्प्यात येईल ती संस्थानी जमीन दुसऱ्या दिवसापासून मान्यांची! साकडं एकच. "रत्नाप्पा कुंभारांच्या नादी लागून प्रजा परिषदेच्या झेंड्याखाली सरकार मजकुरांच्या खिलाफ कसली म्हणून चळवळ नाही करायची!"

मान्यांनी डुयीची फरकॅप सावरत, मुजरा घालूनच नम्रपणे पण महाराजांना तडफदार जाब दिला. कोल्हापुरी झणझणीत खर्ड्यासारखा - "महाराज, वाड्याच्या गच्चीवर हुबं ऱ्हाऊन भवत्यानं नजर टाकावी. हुबा देश जोखडमुक्त झालाय. माफी असावी. कोन कुनाला आन् काय देनार- घेनार? द्यायची असंल तर परमानकी द्यावी- खरीला घराकडं जायची!"

अशा पीळदार मनाचे वीर बळवंतराव माने यशवंतरावांचे नाही तर दुसऱ्या कुणाचे जोडीदार होणार? नियती काही वज्रगाठी नेहमीच असे काही डोळे मिचकावीत घालत असते की, त्या गाठी सोडविणाऱ्याचे हालच व्हावेत.

पुढं पंचगंगेच्या पुलाखालून बरंच पाणी बराचसा काळ वाहून गेलं. देशावर ६२ साली चीनचं प्रचंड आक्रमण झालं. देशानं नामुष्की घेत लष्करी मार खाल्ला. तथाकथित संरक्षणमंत्री कृष्ण मेनन यांचा पंतप्रधान पंडित नेहरूंना राजीनामा मागावा लागला.

त्यांच्या जागी संरक्षणमंत्री म्हणून महाराष्ट्राचे मुख्यमंत्री यशवंतरावांना पाचारण करावं लागलं. सह्याद्री हिमालयाच्या संरक्षणाला धावला. या वेळी यशवंतरावांचे जोड-कैदी, स्नेही वीर माने काय होते? ते होते ओव्हरसियर. मैलकुल्यांवर देखरेख करणारे! एक संरक्षणमंत्री- एक ओव्हरसियर असे फासे टाकून नियतीचा जेलर गमतीचा खेळ खेळत होता.

यशवंतराव देशाचे संरक्षणमंत्री म्हणून मागे-पुढे एस्कॉर्टच्या गाड्या घेऊन साताऱ्याहून कोल्हापूरकडे चालले होते. वडगाव जवळ आलं. पुढच्या गाड्या धूळ उडवत पुढे गेल्या. रस्त्याच्या कडेला आपली प्रसिद्ध, तपकिरी फरकॅप सावरत

'वीर माने' डोळे बारीक करून ही 'सरकारी पीडा' केव्हा एकदाची पार होतेय याची वाट बघत होते.

यशवंतरावांची गाडीही थोडी पुढं गेली. ते ती फरकॅप ओझरती बघून पुटपुटले, "श्रीपादराव, वीर माने दिसतात! गाडी रोखा, मागे घ्या!"

संरक्षणमंत्र्यांची गाडी वडगावच्या त्या निर्जन रस्त्यावर मागं हटली. आपल्या बेडीतील जोडकैदी स्नेह्याला बघून, तेही कैक वर्षांनंतर, यशवंतराव क्षणात आपलं संरक्षणमंत्रीपद विसरले! गाडीत पडलेल्या हारांच्या ढिगातील एक टपोरा हार घेऊन ते खाली उतरले. गोंधळलेल्या वीर मान्यांसमोर उभं ठाकत देशाचा तो रांगडा संरक्षणमंत्री म्हणाला, "काय वीर माने, ओळखलं काय?"

मान्यांचा पीळही तसाच रांगडा कोल्हापुरी. ते तसेच उत्तरले, "यशवंत बळवंत चव्हान म्हना की!"

क्षणात यशवंतरावांनी हातचा भला थोरला हार आपल्या कैदी-स्नेह्याच्या कंठात चढवून त्याला कडकडून मिठी भरली. ते दृश्य टिपायला तिथं कसलाही कॅमेरा नव्हता! राजकारणाच्या धबडग्यातही काही काही गोष्टी यशवंतरावांनी कशा जपल्या होत्या हे बघताना थक्क व्हायला होतं. त्यांची स्मरणशक्ती कमालीची तल्लख होती. एकदा भेटलेल्या कार्यकर्त्याला ते नावानिशी हाकारत. जेव्हा अशा कार्यकर्त्यांच्या आईवडिलांची त्यांच्या अचूक व्यवसायासह ते विचारणा करत तेव्हा तो सगळा सोहळाच त्यांच्या नकळत एक प्रभावी लोकशिक्षणाचा वस्तुपाठच ठरे.

यशवंतरावांच्या ऋजु व्यक्तिमत्त्वाची पाळंमुळं त्यांनी बालपणीच ग्रहण केलेल्या संस्कारात होती. लहानपणी ते 'देवराष्ट्रे' या आपल्या गावाहून कराडला शाळेत पायी जात. त्या वेळी स्वातंत्र्याची चळवळ जोरात होती. म. गांधींच्या पहिल्या असहकाराचा तो १९३० च्या दरम्यानचा काळ होता.

कलकत्त्याला ब्रिटिश तुरुंगात राजकीय कैद्यांना सन्मानाची वागणूक मिळत नाही म्हणून जतिंद्रनाथ या कडव्या देशभक्तानं असहकार पुकारून तुरुंगातच उपोषण आरंभलं होतं. १०/२० दिवसांनंतर या उपोषणानं बंगालच नव्हे तर उभा देश हवालदिल झाला. दे. भ. जतिंद्रनाथांचं काय होणार? यशवंतराव तेव्हा १२/१३ वर्षांचे शाळकरी विद्यार्थी होते. ते कराडात गुपचूप निघणारं उपोषणातील कैद्याची माहिती देणारं 'बुलेटिन' मिळवत. देवराष्ट्रेच्या परतीच्या वाटेवर ते वाचून काढत. त्यांनाही कधीच न बघितलेल्या निग्रही दे. भ. जतिंद्रनाथ दासांची काळजी लागली होती. उपोषणाला ६० दिवस झाले. तुरुंगातील उपोषणाचं हे त्या वेळी रेकॉर्ड होतं. यशवंतानं त्या दिवशीचं 'बुलेटिन' महत्प्रयासानं मिळवलं. शाळेच्या बंगीत आबादून ठेवलं, 'आज तरी दासांनी उपोषण सोडलं असावं' या वेड्या बालधारणेनं शाळकरी यशवंता चालता-चालता कमालीच्या उत्सुकतेनं हातचं

बुलेटिन वाचू लागला. झालं होतं विपरीतच! जतिंद्रनाथ दास गेले होते!

बाल यशवंताला हा मानसिक धक्का असह्य होता. तो वाटेवरच मटकन खाली बसला. बुलेटिननं आपला बाल मुखडा झाकून घेऊन हमसून, हमसून स्फुंदू लागला! देवराष्ट्रेच्या त्या निर्जन वाटेवरसुद्धा माणूस-काणूस कुणी नव्हतं. कुणी कॅमेरामन नव्हता!

ही घटना नीट कळली तरच यशवंतरावांच्या मनाची बांधणी किती सशक्त मानवतावादातून घडली होती हे आकळू शकते.

बालपणी त्यांना शिक्षण व एकूणच जीवन या महत्त्वाच्या आघाड्यांवर फरफट सोसावी लागली होती; पण त्यांचं खास 'यशवंत' पण यातच होतं की, त्यांनी चुकूनसुद्धा दुर्मुख होऊन त्याचं वर्णन कधी चर्चेत वा व्याख्यानात जाहिरातीसाठी केलं नाही. जशी ममता हा त्यांचा स्थायीभाव होता, तसंच विलक्षण सोशिकपणा हा त्यांच्या व्यक्तिमत्त्वाचा अजोड देखणेपणा होता.

गुरुजनांबद्दलचा आदर त्यांना मनाच्या तळवटापासूनच वाटत असे. कराडला एका वास्तव्यात ते गौरिहरसिंहासने या एका सुहृदाच्या माडीवर राजकीय चर्चेत बसले असताना क्वचित पेटवत तशी सिगारेट त्यांनी पेटवली. तक्क्याला टेकून एक हलका झुरकाही मारला. इतक्यात निरोप घेऊन माणूस आलाच, "खाली कुनी एक मानूस आलाय, जोशी म्हन्त्याला. सायबांस्नीच भेटायचं म्हनतो."

"वर पाठव." म्हणत यशवंतरावांनी त्याला अनुमती दिली. तोच पाठोपाठ ते गृहस्थ माडीवर प्रवेशलेही. त्यांना बघताच हातची सिगारेट तक्क्यामागील भिंतीवर तशीच दाबून, विझवून ती यशवंतरावांनी सोडून दिली. ते उठले. "या गुरुजी" म्हणत त्यांनी आपल्या जोशी गुरुजींचं ऐकून घेतलं. त्यांना 'काम करतो' असं अभय दिलं. चहा देऊन त्यांची बोळवण केली.

भवतीच्या राजकीय मित्रांपैकी मुख्यमंत्री यशवंतरावांना कुणीतरी विचारलं, "साहेब, एवढ्या घाईनं सिगारेट विझवायची काही गरज नव्हती."

यशवंतराव मात्र नेहमीचं मुखभर हसत म्हणाले, "ते तुम्हाला नाही कळायचं बाबुराव! या जोशी गुरुजींनीच मला कान धरून ही पूर्व, ही पश्चिम अशा दिशा शिकवल्या आहेत. म्हणूनच तर आज समोरच्या माणसाची दिशा काय असेल हे न चुकता ओळखू शकतो मी!"

(स्व.) यशवंतरावांनी कटाक्षानं जीवनभर जपलेला मानवतावादी जीवनाचा आदर्शालेख हा असा केवळ अविस्मरणीय होता.

यशवंतरावांच्या मनाला असे नानाविध कंगोरे होते. त्या सर्वांचं मूळ मात्र त्यांना बालपणापासून जाणवलेल्या निरपेक्ष मानवतावादात होतं.

महाराष्ट्रापुरतं असंख्यांनी त्यांचं रास्तपणे वर्णन केलं आहे की, लो. टिळकांनंतर

मराठी जनतेला लाभलेले यशवंतराव हे सार्थ लोकनेते होत. जेव्हा कोट्यवधींचा भारत अजगरनिद्रा घेत सुस्त होता तेव्हा भरल्या कोर्टात भारताच्या आभाळाखाली एकटे लोकमान्य निर्भय निर्धाराने कडाडले, "स्वराज्य हा माझा जन्मसिद्ध हक्क आहे. मी तो मिळवणारच." लोकमान्यांना ब्रिटिशांच्या लाचार हस्तकांनी 'तेल्या तांबोळ्यांचा नेता' म्हणून हेतुत: हिणवलं.

लोकमान्यांची ही निर्भयतेची प्रेरणा स्पष्टपणे गीतेच्या अमर तत्त्वज्ञानात आहे. याच विचारधारेतून सरसरून व स्वकर्तृत्वावर उभरून आलेलं यशवंतराव हे राष्ट्रीय व्यक्तिमत्त्व होतं.

जसा पंडित नेहरूंना रोज नवी आशयगर्भ पुस्तकं मन:पूर्वक वाचण्याचा छंद होता, तसाच यशवंतरावांनाही मराठी, हिंदी, इंग्रजी अशी विविध पुस्तकं बारकाव्यांसह वाचण्याचा छंद होता. त्यामुळेच त्यांची व्याख्यानं श्रोत्यांना बांधून ठेवत. ते पाच मिनिटं बोलोत की तासभर, काही ना काही नवं श्रोतृवर्गाला सदैव देऊनच जात.

आज राजकीय आघाडीवरच्या 'पुढारी' मंडळींचा वाचन, चिंतन, मनन हा व्यासंग नावापुरता तरी उरलाय का? रोजची प्रमुख वृत्तपत्रं तरी त्यांच्याकडून वाचून होतात काय?

'यशवंतराव' घडवून घडत नसतात! ते जन्मावेच लागतात. कुण्याही टीकाकाराला हे विधान उगाचच 'ललितसुंदर' वाटेल. ते अर्थासह शांतपणे समजून घेतलं तरच ध्यानी येईल.

ज्या एका बळकट मनोबैठकीवर त्यांच्या राजकीय जीवनातील घनघोर उपेक्षा त्यांनी सोसली, ती महाभारतातील शरपंजरी पितामह भीष्मांचं स्मरण देणारी नाही काय? त्यांना भारताचं पंतप्रधानपद नाही लाभलं या अर्थानं मी हे म्हणत नाही. ते लाभतं तर सांप्रतच्या महाराष्ट्राचं व देशाचं चित्र कसं होतं हा पूर्णत: वेगळा चर्चेचा व चिंतनाचा भाग आहे.

यशवंतरावांवर आज विचार करताना एक कटू वास्तव प्रकर्षानं जाणवून जातंय. त्यांच्या अखेरीच्या काळात त्यांना भेटायला 'महाराष्ट्रातले' फारसे 'राजकीय पुढारी' गेलेच नाहीत! काय असेल नेमकी अशा न जाणाऱ्या मराठमोळ्यांची मानसिकता? आणि काय असेल अचूक यशवंतरावांची याबद्दल प्रतिक्रिया? हाही विषय तसा स्वतंत्र लिखाणाचाच ठरतो.

तुम्हा-आम्हा सामान्य मराठी माणसांना यशवंतरावांनी मराठी भाषेवर कसं प्रेम करावं हे शिकविलं. ती पल्लेदारपणे कशी पेलून दाखवावी याचं प्रात्यक्षिक दाखविलं. शिवरायांपासून, से. बापट, एस. एम., क्रां. नाना पाटील यांच्या कार्याकडे निरपेक्ष कसं बघावं हे शिकविलं. इथल्या अजिंठा, वेरुळ लेण्यांपासून, संगीत, नाट्य, साहित्य, चित्रकला, मल्लविद्या अशा सर्व जीवनांगांकडे नवथर

लोकशाहीतील जबाबदार नागरिकानं दूरदृष्टी ठेवून कसं बघावं हे पढवलं.

परिवर्तनशील महाराष्ट्राला १९६० ला मुख्यमंत्री म्हणून पहिलंच यशवंतरावाचं यथार्थ मार्गदर्शन लाभलं. ते लाभलं नसतं तर? महाराष्ट्रालाही त्या वेळी एखादा लालूप्रसाद किंवा भजनलाल मिळाला असता तर? मुंबई ही महाराष्ट्राचीच नव्हे तर उभ्या देशाची रोज अखंड थडथडती आर्थिक धमनी आहे याचा नीट विचार करून या विधानाकडं बघावं. निःसंशय एका अटळ निर्णयाप्रत कुणालाही यावं लागेल की, प्रारंभीच नागरी व ग्रामीण असं दोन्ही आघाड्यांवर महाराष्ट्र घडविण्याचं अजोड ऐतिहासिक कार्य यशवंतरावांच्या खात्यावर सदासाठी जमा आहे.

अशा सुजाण, प्रगल्भ व दूरदृष्टीनं पावलं टाकणाऱ्या नेत्याला जनतेनंही मनोमन पारखलेलं असतं. ती त्याच्या व्यक्तिगत जीवनाशी मनोमन समरस झालेली असते. आम जनता रोज काही राजकीय डावपेचांची डोकेफोड करत बसत नाही. तिला 'आपलं' कोण हे आपोआप कळत असतं.

यशवंतरावांना त्यांची निखळ मानवतावादी पोच पुण्यातच जनतेनंही प्रत्यक्षच दिली. वेणूताईंच्या जाण्यानंतर यशवंतराव मनानं खचले. त्यांना कशातच रस वाटेनासा झाला. अशातच त्यांचा एक कार्यक्रम कुणीतरी टिळक-स्मारकमध्ये ठेवला.

प्रास्ताविक, स्वागत वगैरे झालं. यातच पाच/दहा मिनिटं गेली. त्यांना ऐकायला म्हणून टिळक-स्मारक गच्च भरलं होतं. बाहेरही माणसं दाटली होती. यशवंतराव बोलायला म्हणून उभे राहिले आणि काय झालं कुणास ठाऊक. क्षणार्धात ते ऊरभर भरून आले. सरासर त्यांचे डोळे वेणूताईंच्या आठवणीनं पाझरू लागले. दुसऱ्याच क्षणी ते एकच वाक्य कसं तरी बोलले. म्हणाले, "माफ करा. मी काही बोलू शकणार नाही. तुम्ही शांतपणे निघून जावं!" एरवी कच्च्या वक्त्याला रडायला लावणारं ते भरलं सभागृह ओल्या नेत्री एक-एक करत शांतपणे बाहेर पडलं!

जतिंद्रनाथ दास यांच्यासाठी किशोरवयात हमसून एकाकी रडणाऱ्या 'यशवंताला' त्याच्या पुण्यातील चोखंदळ चाहत्यांनी दिलेली ती मूक पण अत्यंत बोलकी दाद होती.

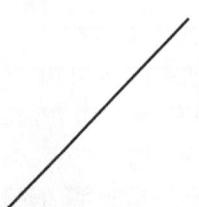

स्नेहश्रीमंत ना. सं. इनामदार

सत्तराव्या अ. भा. मराठी साहित्य संमेलनाच्या निर्वाचित अध्यक्षाचं नाव घोषित झालं- ना. सं. इनामदार! दोन- तीन महिने उसळणारा वृत्तपत्रीय गदारोळ ओसरला. ही निवडणूक मराठी साहित्यविश्वाशी संबंधित असलेल्या लहानथोर स्त्रीपुरुषांना फारच अनपेक्षित कारणासाठी लक्षात राहणारी ठरली. एक उमेदवार श्री. दया पवार यांचं आकस्मिक निधन झालं. चार दिवस अगोदर ना. सं. यांचा दूरध्वनी आला होता. त्यांनी दया पवार व त्यांची 'झेप' बंगल्यावर कशी खेळीमेळीची भेट झाली, याचा ललितरोधक वृत्तान्त सांगितला होता.

त्यांच्या त्या भेटीत साहित्यजगतातील अनेकांनी लक्षात ठेवावी अशी एक/दोन महत्त्वाची मूक सत्यं साकारली होती. वृत्तपत्रांत वा इतरत्र त्याचा ऊहापोह कुठंच झालेला नाही. म्हणूनच तर तो इथं अवश्य द्यावासा वाटतो आहे.

चहापान झाल्यानंतर दया पवारांनी आपल्या नम्र स्वभावानुसार ना. सं. ना विनंती केली. कसली? 'तुम्ही माझ्यासाठी नाव मागं घ्यावं.' अशी. इनामदारही आपल्या ऋजु स्वभावाप्रमाणं व अनुभवी जाणतेपणानं उत्तरादाखल म्हणाले, "हे बघा, मी पंचाहत्तरीतला लेखक आहे. माझ्यासाठी तुम्हीच नाव मागं घेणं योग्य दिसणार नाही का?" पुढं ही चर्चा थांबली. दोघांनी चहापानानंतर निरोप घेतले.

पुढच्या सर्व घटना सर्वांना ज्ञात आहेत. आज ७० वं संमेलन प्रत्यक्ष संपन्न होत असताना सर्वांनीच घडल्या उपाख्यानांचा निकोप मनी अर्थ लावावा. काय दिसतं या प्रसंगात?

सुंदर, निकोप प्रघात

इनामदार तथाकथित 'प्रचारासाठी' प्रत्यक्ष कुणाकडेच गेले नाहीत. (वय व प्रकृती यामुळं त्यांना ते शक्य नव्हतं) दया पवार प्रतिस्पर्धी असलेल्या इनामदारांच्या

घरी स्वत: गेले. नि:संकोच मोकळ्या मनी त्यांनी इनामदारांना माघारीची विनंती केली. साहित्यविश्वातही निवडणुका अपरिहार्यच असतील, तर देशानं स्वीकारलेल्या लोकशाहीप्रधान जीवनपद्धतीला धरून किमान 'साहित्य' या 'सांस्कृतिक' क्षेत्रात त्या कशा व्हाव्यात, याचा एक सुंदर व निकोप प्रघात दोघांनीही घालून दिलाय, असंच मला वाटतं. हा निकोप वस्तूपाठ पुढेही सातत्यानं जपायला हवा.

इनामदार व पवार दोघांच्याही अध्यक्षपदाखाली हे संमेलन संपन्न होत आहे, असं तमाम मराठी साहित्यरसिकांनी मानायला काहीच हरकत नाही. एक उमेदवाराचं अनपेक्षित निधन, संबंधितांना मांडावा लागलेला पुन्हा निवडणुकांचा मांड हे सर्वच समंजस थोर मनी स्वीकारून लहानथोर सर्वच मराठी भाषाप्रेमी स्त्री-पुरुषांनी ज्ञानेशांच्या 'पैस स्तंभाच्या' जिल्ह्यात भरणाऱ्या या संमेलनात सोत्साह सहभागी व्हावं.

इनामदार सातारा जिल्ह्यातील माण भागातले. माणगंगा नदीच्या नावानं हा भाग ओळखला जातो. माण नावाचीच गंगा. तशी तिन्हीत्रिकाळ कोरडी ठणठणीत! माण भाग पाण्याच्या दृष्टीनं ठार दुष्काळी. मात्र या दुष्काळी खोऱ्यानंच मराठी माणसाला वरच्या हातानं साहित्यसलिल दिलं. अ. भा. मराठी साहित्य संमेलनाचे कचकून चार अध्यक्ष इथले! अण्णा-तात्या हे माडगूळकरबंधू, शंकरराव खरात आणि आता ना. सं. एका ग्रामीण भागातून तो मिळतोय हे विशेष. पुण्याखालोखाल हा वसा ठरावा.

इनामदारांनी पहिल्या तिघांच्या क्रमश: गीत रामायण, बनगरवाडी, माणदेशी माणसं आणि नाना ढंगांच्या चित्रपटकथा, तराळ-अंतराळसारखी आत्मकथा यातून बाजूला राहिलेलं सकस ऐतिहासिक कादंबऱ्यांचं मराठी दालन निसबतीनं समृद्ध केलं.

इनामदार उर्दूचे एम. ए. आहेत, हे फारच थोड्यांना माहीत असेल. त्यांच्या रचनात त्यांची उर्दूवरची मांड ठायी ठायी भेटत जाते. विशेषत: 'शहेनशहा' या आलमगीर- औरंगजेबावरील रचनेत ही उर्दू वेलबुट्टी जरीबतूच्या नाजूक नकसकामासारखी नजाकतीनं भेटत जाते.

अगदी उमेदीच्या काळात प्रारंभी ना. सं. नी काही रहस्यकथाही लिहिल्या. या रहस्याचा भेदही त्यांनी आताशा साठी-सत्तरीनंतर आपल्या तीन खंडी आत्मचरित्रात केला आहे.

रहस्यप्रिय व्यक्तिमत्त्व

'रहस्यकथा' बेतून साहित्यात पदार्पण करणाऱ्या ना. सं. यांच्या अंगभूत स्वभावातच एक मजेदार रहस्यप्रियता लपलेली आहे. जाणत्यालाच ती जाणवेल. सहज प्रत्यक्ष वा फोनवर बोलताना ते पंचाहत्तरीचा बेमालूम आडोसा घेत विस्मरणच

झालंय असं भासवीत म्हणतील, ''मुंबईचा तो दाढीवाला चित्रकारऽ- काय बरं नाव त्याचं!'' नवखा पटकन 'अमुक-अमुक' म्हणून सांगून मोकळा होईल. तसं फारच मिस्कील हसत ना. सं. म्हणतील- 'हां तोच! आताशा आठवत नाही नीट' (हे न आठवणं कृतक असतं. आपलं कुठलं पुस्तक कधी प्रकाशित झालं, त्याची आवृत्ती कितवी, त्यावर कोण कुठं काय काय म्हणालं हे 'श्रीमंतांना' कानामात्रेसह पाठ असतं) मी, अनंतराव व मोजकीच मंडळी झेप, झुंज, मंत्रावेगळा, राऊ, शिकस्त अशा एकापाठोपाठ एक पेशवाईवर आधारित बेतलेल्या सकस कादंबऱ्यांमुळं त्यांना खट्याळ प्रेमभावानं 'श्रीमंत' म्हणूनच हाकारतो. त्यांनीही हे श्रीमंतपण मनाच्या स्नेहश्रीमंतीनं सहास्य सहज स्वीकारलेलं आहे!

पेशवाईचा दफ्तरखाना खूप मोठा आहे. अद्याप बरेच कागद तिथं अस्पर्श्य राहिले आहेत. इनामदारांनी पहिलंच धाडस केलं, ते मराठी साम्राज्य लयाला घालवलं अशा कलंकाचा अधिकारी ठरलेल्या दुसऱ्या बाजीरावाच्या रावबाजीच्या कालखंडाला हात घालण्याचं! त्यातून त्याचा बदनाम हुजऱ्या त्रिंबकजी डेंगळा हा नायक शब्दबद्ध करून त्यांनी 'झेप' ही पहिली कादंबरी मराठी सारस्वतात वाचकांसमोर १९६३ साली ठेवली.

तिचं मराठी रसिकांनी भरसक स्वागत केलं. राज्य डुबविणाऱ्या नादान पेशव्यांचा शीघ्रकोपी व तेवढाच नालायक हुजऱ्या अशी संपूर्णत: अन्यायकारक धारणा त्रिंबकजीबद्दल अभ्यासकांची व वाचकांची होती. ती निकोप मनानं इनामदारांनी सर्वप्रथम नव्यानं तपासून पाहिली. 'Nothing Succeeds like Success' या त्रिकालाबाधित सत्याची कास धरत, शनिवारवाड्यावरून पुढं भगवा ध्वज उतरून तिथं युनियन जॅक चढविण्यात यशस्वी झालेला धूर्त व कावेबाज सेनानी माउंट स्टुअर्ट एल्फिन्स्टन यानं बावनकशी इमानदार त्रिंबकजीला कसं पद्धतशीर निकालात काढलं, याचा थरारक वेध त्यांनी घेतला. मराठी वाचकांना तो पटला. जचला.

'झेप'च्या प्रस्तावनेत त्यावेळचे साप्ताहिक स्वराज्यचे साक्षेपी संपादक श्री. मो. स. साठे यांचा इनामदारांनी 'साठ्यांनी माझ्यातला लेखक जागा ठेवायला सतत प्रयत्न केला नसता तर 'झेप' कधीच पूर्ण झाली नसती' अशा कमालीच्या कृतज्ञ शब्दांत उल्लेख केला आहे.

'झेप' नंतर क्रमश: झुंज, मंत्रावेगळा, राऊ, शहेनशहा, शिकस्त व राजेश्री अशा कादंबऱ्या इनामदारांनी लिहिल्या. त्यांचे नायक होते क्रमश: यशवंतराव होळकर, दुसरा बाजीराव, पहिला बाजीराव, औरंगजेब व छ. शिवराय. शिकस्तची एकमेव नायिका होती पानपतावर दूरदेशी लढलेल्या पेशवे सदाशिवभाऊंची पत्नी पार्वतीबाई.

निकोप दृष्टी

या नायकांवर व त्यांच्या जीवनगाथांच्या बोलक्या शीर्षकांवर धावती; पण शोधक दृष्टी फिरवली, तरी ना. सं. च्या इतिहासाकडे बघण्याच्या निकोप दृष्टीचा बोध होईल. यातील काही नायक नुसते उपेक्षित राहिले नव्हते, तर ते चक्क उलटेच समजून घेतले गेले होते! ते गुणवंत होते तरी दुर्लक्षित राहिले होते. (अपवाद 'मंत्रावेगळा'!) कशीही तर्ककठोरता लढविली तरी दुसऱ्या बाजीरावाच्या काही ठळक बाबी डोळ्यांआड करता येत नाहीत. त्याला न्याय वर उल्लेखलेल्या 'Nothing Succeeds...' या इंग्रजी उक्तीची उलटी बाजू वापरूनच देता येईल. बाजीरावाच्या पत्रांत काही गुप्त संदेश होते, अशा बादरायणी पद्धतीनं नाही देता येणार.

झेप, झुंजमधल्या नायकांना इतिहासकारांनाही कुरतडता आलेलं नाही. त्रिंबकजीचा कागदोपत्री उल्लेख 'त्रिंबकजी' असाच आला. त्रिंबक असा नाही. यशवंत होळकर अशी बोळवण इतिहासकारांना नाही करता नाही. या 'जी' व 'राव' या संबोधनांमागं मूक लपलेला कर्तृत्वाचा आलेख ना. सं. नी तुम्हा आम्हाला भिडवला.

'राऊ' ही पहिल्या बाजीरावांवरील कादंबरी त्यांनी दुसऱ्या बाजीरावावरील 'मंत्रावेगळा'नंतर लिहिली. 'मंत्रावेगळा' हे शीर्षक तद्दन खोटं! त्याला मंत्रही नव्हता आणि (ताळ) तंत्रही नव्हतं! खरा 'मंत्रावेगळा' पहिला बाजीराव! छ. शिवरायांपासून दुसऱ्या बाजीरावापर्यंतचा मराठी-साम्राज्याचा वेध आपण आता अलिप्त व सावध निकोपपणे घ्यायला शिकलं पाहिजे.

खरं तर छ. शिवरायांच्या रक्ताचा पुत्र छ. संभाजीराजे व तत्त्वज्ञानाचा पुत्र पहिला बाजीराव! बाजीरावानं शिवस्वप्न महंमद बंगशचा पराभव करून अटकेपार भिडवलं नव्हतं काय? शिवतत्त्वज्ञान थेट अटकेपार नेलं नव्हतं काय?

'राऊ'चा कथावस्तूसाठी जेवढा भाग घेतला, त्यासाठी शीर्षक व बांधणी सुरेखच झालीय. तरीही आगऱ्यात फसल्यावर शिवरायांना जे वाटलं असेल त्यांच्याजवळ जाणारं, आपणच उठविलेल्या शनवारवाडा लोकापवादासाठी व तेही सहोदर कनिष्ठ बंधू चमाजीअप्पाला समोर घालून राजकारणी शक्कलवंतानी सोडायला भाग पाडलं. त्या वेळी बाजीला वाटलं असेल की नाही? 'राऊ'त हा वेध मात्र कुठंच भेटत नाही, ही चुटपूट लागून राहते.

उर्दू शेरांची 'गोलंदाजी'

'शहेनशहा' शीर्षकानं औरंगजेबावर लिहावंसं वाटणं हे तसं अफलातूनच. तसंच ते आव्हानाचंही. इनामदारांच्या अभ्यासक्रमातील उर्दूच्या अध्ययनात याची पाळंमुळं असावीत. त्या भाषेवरील प्रेमातही. (इनामदार अधूनमधून बोलताना फार

मोठ्या मार्मिक उर्दू शेरांची गोलंदाजीही करतात. कधी कधी वाटून जातं गझलसम्राट सुरेश भट व ना. सं. यांची अशी अनौपचारिक जुगलबंदी ऐकायला मिळायला हवी!)

जदुनाथ सरकारांचे औरंगजेबावरील चरित्रखंड वाचलेल्या अभ्यासकाला पटकन जाणवेल की, औरंगजेब हे कितीही मोठ्या अशा एका कादंबरीत बसणारं चरित्रच नाही! ते एका कादंबरीमालिकेची स्पष्ट मागणी करणारं हिंदोस्तांच्या सर्वाधिक काळाच्या शहेनशहाचे शब्दश: नानाढंगी चरित्र आहे. त्याचं बालपण, पिता-शहाजहान याच्या ताजमहालची होड घेत त्यानं औरंगाबादेत उठविलेल्या बीबीका मकबरा हेसुद्धा स्वतंत्र कादंबरीचे विषय आहेत. ही कादंबरी लिहिताना ना. सं. एकदा कोल्हापूरला आले होते. आम्ही दोघांनी पन्हाळ्याच्या किल्ल्यावरच्या प्रसिद्ध सज्जाकोठीवर रात्रौ अडीच वाजेपर्यंत आलमगीरवर गप्पा छाटल्या होत्या. आज त्या रात्रीची गंमत वाटते. कारण ही तीच सज्जाकोठी होय जिथं शिवराय व शंभूराजे यांची शेवटची भेट झाली होती! तिथं बसून आम्ही गप्पा केल्या होत्या. त्या मात्र औरंगजेबाच्या!

पारंपरिक भूमिका

'शिकस्त' आणि 'राजेश्री' या ना. सं. च्या अलीकडील कादंबऱ्या. पार्वतीबाई व छ. शिवराय यांचे हे ललित वेधही वाचकांना आवडले. राजेश्रीमधील छ. संभाजीराजे यांचं आकलन (झेप, झुंजचे लेखक म्हणूनच) मला पटत नाही. इथं मात्र एवढे ऐतिहासिक पुरावे शंभूचरित्राबद्दल आज स्पष्ट उपलब्ध असताना ना. सं. पारंपरिक एकारलेपणाची भूमिका कशी घेतात, समजत नाही.

अलीकडं ना. सं. नी तीन भागांत आपली जडणघडण कशी झाली याची चर्चा करणारं आत्मचरित्रही लिहिलं. त्यातून त्यांची संस्कारक्षम मनोबांधणी कशी झालीये यावर सर्वांगीण व भरपूर प्रकाश पडतो.

आपण छ. शिवरायांचे इनामदार कसे हे ना. सं. दिलखुलास मिठ्ठासपणे सांगतात. त्यात 'सुंभ जळले तरी पीळ बाकी' असा कसलाही कालबाह्य अभिनिवेश नसतो हे विशेष. आदरणीय सुमित्राराजे, अभयसिंग महाराज यांच्याविषयी ना. सं. यांच्या मनात नितांत आदर आहे. द. वा. पोतदार, ग. दि. माडगूळकर यांचा नामोल्लेख त्यांच्या तोंडी सतत असतो.

कालानुरूप बदल

मराठी साहित्यातील ऐतिहासिकतेचं दालन ह. ना. आपटे, नाथमाधव, वि. वा. हडप यांचा अवश्य वारसा सांगतं. मात्र आज या दालनानं कालानुरूप अवश्य साहित्यिक कात टाकली आहे. मराठी ऐतिहासिक कादंबरी खूप चौफेर

संदर्भवाचन, सखोल मूलगामी चिंतन, कथावस्तू जिवंत होण्यासाठी डोळस पर्यटन अशा सूत्रांनी वास्तव वेधाकडं कधीच वळली आहे. (स्व.) रणजित देसाईंच्या 'स्वामी', श्रीमानयोगीनं इतिहासाकडं कसं बघावं, याची डोळस जाण मराठी मनाला दिली. इनामदारांची 'झेप' 'स्वामी'पूर्वी लिहिली गेली आहे. हे वास्तवही जाणत्यांनी या वळणावर नीट ध्यानी घ्यावं. ती प्रकाशित मात्र स्वामीनंतर झाली.

शेवटी किती लिहिलं, यापेक्षा लेखक किंवा कवी वा रचनाकार कसा हा भाग उरतोच. लहानथोर सर्वांशी ऋजू, प्रेमभावानं सहास्य बोलणारे ना. सं. मराठी साहित्याचा एक लक्षणीय शीलालेख आहे खास! त्यांची 'स्नेहश्रीमंती' प्रत्यक्ष भेटीत, फोनवर, कार्यक्रमात, संमेलनात भरभरून अनुभवली आहे. लेख वाचल्यावर अंगभूत खेळकरपणे ते फोनवर म्हणतील, "छत्रपतीऽ! स्नेहालाही श्रीमंत विशेषण लावून तुम्ही हुजऱ्याचा चक्क कारभारीच केलात की!' इति शुभं भवंतु.

■

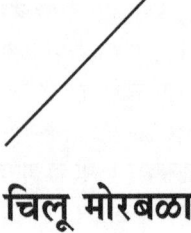

चिलू मोरबळा

ऐतिहासिक माटाची नि अंगलटीची माणसं आताशा मऱ्हाटमोळ्या मुलुखातही दिसेनाशी झालीत. ज्याला बघताच हा आताच रायगड, राजगड किंवा पुरंदर उतरून राजांच्या कानी आपल्या जासुदीचा ताजा, खास करिना घालून आला असावा असंच वाटावं अशी खाशी असामी माझ्या जन्मगावात मी आजऱ्यात बघितली आहे. आजही तो मामला समोर बघितल्यासारखा टक्क माझ्या डोळ्यांसमोर उभा आहे. काही काही माणसं जन्मजातच बरोबर इतिहास, भूगोल आणि बरचसं काय काय घेऊन आलेली असतात.

ज्याला आठवताच माझ्या स्मृतिकोशातला शिवकालीन बहिर्जी नाईक आणि उत्तर पेशवाईतील उमाजी नाईक हटकून जागे होतात तो हा आजरेकर मावळा चिलू मोरबळा!

चिलू हे नावातील दुर्मीळ नाव आणि मोरबळा हे आडनावातील क्वचितच भेटणारं आडनाव. तर अशा या नाव-आडनावाच्या दुर्मीळ मेळानं आपल्या दर्शनानं माझ्या मनातील बहिर्जी नाईकाचं चित्र पूर्ण केलं आहे.

काही काही माणसं जाम 'वयचोर' असतात. वर्षानुवर्षं भेटत आली तरी अंगलट आपली आहे तशी! आपल्याच मनातील घोळ आवरून घेण्यासाठी त्यांना चक्क विचारावं लागतं, 'बरं बापू, आता तुमचं वय काय म्हणावं?' तसं ते हटकून हसून उत्तरतात, 'इथं कुठल्या ल्येकाला आहे फुरसद वय बघायला!' मग इतरांची वयं चाचपत अंदाजानं त्यांचं आपलं वय त्यांना ठरवावं लागतं. आजऱ्यातील दोन तर माणसं मला अशी आठवतात. एक तुकाराम बापू कोटकर आणि दुसरा हा चिलू मोरबळा!

गालावरून खाली उतरलेले दोन्हीकडचे भरगच्च, ऐटदार कानकल्ले. भरदार पुष्ट मिशांचे कंगोल. मृगाच्या पावसानंतर पाकळ्याच्या रोपाचे गादी वाफ्यावर उठतात तसे, कालच गावच्या एका न्हाव्याने साफ खरडले तरीही आज तरारून उठलेले मुखड्यावरचे

दाढीचे खुंट. मलमलीच्याच पण मातकट रंगाकडं झुकलेल्या तलम कापडाचा दोन्ही बाह्यांशी हातभर खोलीचे भरदार खिसे असलेला नेहरू शर्ट. कमरेला पांढरधोट पण बरीच पायपीट केल्यामुळं मातकट झालेलं दुटांगी, कासा कसलेलं धोतर. कधी कधी शिकारी-मोहीम आवरून आला असेल तर काडतुसं, गनपावडरीच्या पुड्या, केपांच्या डब्या यांनी दुहातीचे खिसे टम्म फुगले आहेत अशी खाकी फुल पँट. तीही पायाकडं दुमडून दुपायी आवरलेली. रानात बंदुक सावरत पळायला सायवळ अशी केलेली. खांद्यावर पट्ट्याला अडकलेली दुबारी हॅलेक्स- हॅलेक्सची किंवा कधी कधी ठेचणीची दुबारी बंदुक. पायी करकरणारी कापशी पायताणं. नेहमी बाजारात मिळतात ती 'कापशी पायताणं' नव्हेत, तर खास 'ऑर्डर' देऊन स्पेशल डब्बल टाचेची घडाई केलेली. चिलूच्या चालणाऱ्या सततच्या धबडग्यात किमान दोन तीन वर्षं तरी त्यांना मालकाचा उंचापुरा धिप्पाड देह तोलून धरायचा असतो. त्यासाठी ही खास सोय असते. डुयीचे काळे दाट केस हातानंच वळण दिलेले. एखादी बट आपसुकच कपाळावर आलेली.

शिवरायांच्या पत्रांत सूर्याजी काकडा, तान्हाजी मालुसरा, नावजी बलकवडा असा त्यांच्या नेक सोबत्यांचा गौरवशाली व मर्दाना उल्लेख केलेला आढळतो.

'तान्हाजी मालुसरा निवडक मावळा घेऊन माघ वद्य नवमीच्या किर्र रात्री किल्ले कोंढाणियास भिडला.' किंवा 'नावजी बलकवडा आपल्या मावळ्यांनिशी पेटत्या खाईवर आपली ध्याई हातरून लेटला. मागची कुमक त्यावरून खाईपार झाली!' अशी ती वर्णनं आहेत. चिलूला शुक्रवारी बाजाराच्या दिवशी गावात किंवा रविवारी रवळनाथाच्या देवळासमोर त्याच्या ऐटदार, डौलदार चालीत समोर, 'काय शिवबा, कवा आला कोल्लापुरास्न?' असा सवाल करताना पाहिलं की, माझ्या मनात एक मजेदार विचार सरकून गेला आहे. खरोखरच हा चिलाजी मोरबळा शिवकालात जन्मता तर!

जंजिऱ्याचा, पन्हाळ्याचा 'सल' मनी रुतणाऱ्या साक्षात महाराजांनी चिलाजी आणि त्याच्यासोबती सरदारांसमोर खलबतखान्यात 'पण' घातला असता- 'गेले बहोत दिवस या गडाचा एक सल काय तो मनी काट्यागत सलतो आहे. हा मोक्याचा गड. गडाचा धोंडा ताशीव, बेलाग. यास 'पान' लावील ऐसा सुरमा, मर्दाना कोण?'

हे ऐकताच पापणी मिटायच्या आत आपले भरगच्च कानकल्ले थरकावीत आमचा हा चिलाजी मोरबळा आजरेकर ताडकन उठला असता. पणाचा विडा मुठीत भरून घेत, डाव्या हाताची पालथी मूठ मिशीच्या डाव्या कंगोलभर फिरवीत ऐटदारपणे; पण महाराजांची अदब राखत नक्कीच म्हणाला असता, 'म्या चिलाजी मोरबळा-आजरेकर आण घ्येतो या गडाची धनी. चैत्री पुनव फटफटाच्या आत गड धन्यांच्या पायावर घालीन न्हाईतर स्वामी कार्यावर ध्याईची कुरवंडी करीन. जैऽ अंबा भवाऽनी!'

तसं चिलूचं साधंच कौलारू घर गावात चाफेगल्लीत होतं. तिथं त्याची मुलं, त्यांच्या बायका, पोरवडा व चिलूची बायको राहायची. टोपपदरी लुगडं नेसून चिलूच्या

शिकारीची सागुती चवदार करण्यासाठी दगडी पाट्यावर मसाला वाटण्यातच या अस्तुरीची उभी हयात गेली. त्यासाठी तिनं कुरकुर मात्र कधी नाही केली. उलट तो तिचा एक अजोड आनंदच होता.

मुलं मात्र साधीच निपजली. त्यांना समोर बघताना, हातची सश्याची, कवड्याच्या शिकारीची मोठी खाकी पिशवी त्याच्या हाती सोपवून त्याला घराकडं पिटाळताना चिलूच डोळे मिचकावून म्हणे, 'ह्ये आईकडं दे. थेट घराकडं जा. मायलाऽ, वागाच्या पोटाला कोल्ली कशी उपाजला रं! क्काय मायेनं सूपभर दाण्यास्नी उक्तं घेतलं रं मागून तुमास्नी सटवाईकडनं! जा. पळ बिगीन.' त्याला पाठमोरा पळताना बघून मग चिलोबा खदखदून हासे.

हा असा मामला होता चिलूचा. रोख-ठोक. तो स्वत: राहत असे २/३ मैलांवर असलेल्या मसोली गावच्या रानातील शेतावरच्या दुखणी झोपडीत. तिथं त्याचा एक वाटेकरीही होता. तोच चिलूचा पेशवा, सेनापती आणि एकमेव मावळा. रानबा नाव त्याचं. आजऱ्यातून मसोलीच्या या शेतांवरच्या झोपडीकडं निघाला की चिलूच्या खांद्याला जशी दुबारी बंदुक असे. तशीच हातात एक तपकिरी काळी अशी खांद्याएवढी उंचीची वरच्या टोकाला पितळी कडं ठोकलेली, तसंच खालच्या टोकाला तांब्याची कॅप मढविलेली भरगच्च काठीही असे. तिच्या ठक ठकीवर ठेका धरत, कापसी पायताणांची लयीत कुरकुर उठवीत चिलू मसोलीच्या वाटेकडं चालू लागला की पाठमोरा बघताना मला वाटे मुचाटे किंवा शाहीर पिराजी सरनायकांचा ढंगदार पोवाडाच चाललाय!

मराठीतले वाचकप्रिय साहित्यिक बाबा कदम हे आमच्या या मसोलीकर चिलू मोरबळ्याचे खास दोस्त आहेत हे वाचून त्यांच्या चाहत्यांना आश्चर्य वाटेल. मला नाही वाटत की चिलोजीनं बाबांच्या असंख्य पुस्तकांपैकी एखादं तरी वाचलं असेल! इतकंच काय पण उभ्या आयुष्यात चिलोबानं संपूर्ण असं कुठलंच पुस्तक वाचलेलं नसावं. तो काही शिकलाय की नाही हा एक सवालच आहे.

साहित्य, वाचन, संगीत, नाटक हा चिलोबांचा प्रांतच नव्हे. मग कादंबरीकार बाबा कदम आणि चिलू मोरबळा हा दुर्मीळ द्वंद्वसमास साधला कसा? ही दोन टोकं जुळली कशी?

एकदा बाबांनाच हा प्रश्न मी कुतूहलापोटी विचारला, "बाबा, तुम्हा दोघांचा दोस्ताना हे गोमच्याळ आहे तरी काय?"

असं काही मर्मबंधाचं बोलायचं असलं की कोल्हापूरचा आमचा बाबा कदम हा लैखकु मैतर एका विशिष्ट ढबीत हसतो. उत्तरतो, "त्याचं काय हाय शिवबा- (मराठीतील मला 'शिवबा' अशी दिलखुलास साद घालणारा हा एकमेव सारस्वत!) संस्कृतात एक म्हण आहे. 'समानशीले व्यसनेषु सख्यम!' अर्थात समान छंदांची माणसं एकत्र येतात! तुम्ही आजरेकर असला तरी तुम्हाला कल्पना नाही की चिलोबा एक जसा

उत्कृष्ट शिकारी आहे तसाच एक नामी 'खानासामा' आहे आणि त्याहून सरस गप्पिष्ट तर पट्टीचा आहे. रानची पाखरं, जनावरं, झाडं-पेडं यांचं एक गुंतागुंतीचं विश्व असतं. चिलोबाच्या तोंडूनच ऐकायला पाहिजे तुम्ही ते. एकदा जाऊन या मसोलीला." पोलीस प्रॉसिक्युटर असलेल्या बाबांनी पासष्ट पैशांचं तिकीट माझ्या मनाच्या स्टँपपेपरवर नकळत हळुवार चिकटवूनही टाकलं!

मी मनी नोंद घेतली. एकदा चिलू ऊर्फ चिलोबा ऊर्फ चिलाजी मोरबळा आजरेकर याची खास निसबतीनं त्याच्या मसोलीच्या गढीवरच भेट घेणे आहे.

आजरा हे तालुक्याचं ठिकाण आहे. त्याच्या कक्षेत चौऱ्याऐंशी लहान थोर खेड्यांचा पसारा आहे. चिलाजी मोरबळा या सर्व पसाऱ्याला खडानूखडा जाणतो. गावोगाव त्याचा दोस्ताना आहे. ठिकठिकाणच्या सालीना यात्रेचं चिलोबाला अगत्याचं आवतन असतं. तोही सालामागून सालं खंड टाकीत शक्यतो सर्व गावांना जाऊन येतो. तसा तो वृत्तीनं धार्मिक आहे. मसोलीकरांना त्यांच्या यात्रेत त्यांच्या गावालगत असलेल्या डोंगरावरच्या 'मसोबा' देवस्थानामुळं 'मसोली' नाव पडलंय हे चिलोबानं पटवून दिलं. यात्रेपूर्वी गावठाणातून डोंगरावरच्या मसोबाला गोडाचा नैवेद्य जाईल अशी व्यवस्था शिकारी चिलोबानं केली.

असं असलं तरी शिवजयंती मात्र चिलोबाच्या अंगातच संचारते हे बरीक खरं. तशा घाटमाथ्यावर असलेल्या आजऱ्याचीही हवा ग्रीष्मात तावू लागते. याच वेळी शिवजयंती तोंडावर येते. मग गावकरी मंडळी ऐतिहासिक नाटकाचं आणि शिवप्रतिमेच्या भव्य मिरवणुकीचं आयोजन करतात. गावात दोन मंडळं आहेत. एक पेठकऱ्यांचं 'नवनाट्य मंडळ' आणि एक आमचं. आमचं आहे ते 'शिवाजीनगर मंडळ.'

चिलूच्या सहकाऱ्यांची शिवजयंतीची बैठक झाली की मग चिलोबाच्या पायांना भिंगरी लागते. काठीची ठक, ठक आणि कापशी वाणांची कुरकुर उठवीत रुबाबदार चिलोबाची भैरोबा पदयात्रा सुरू होते. चिलू पुरता शिवमय झालेला असतो. नाटकात तो कधीच भाग घेत नाही. आजवर कधीच तो रंगमंचावर, तोंडाला रंग लावून आलेला नाही; पण 'महाराजाचं नाटक' म्हणून तो नाटकी मंडळींना काही कमी म्हणून मुळीच पडू देत नाही. त्यासाठी नाटकवाल्या मंडळाबरोबर तो कोल्हापूरला जाईल. तेथील नट्या, दिग्दर्शक, संगीतवाले, सर्व साज ठरविण्यासाठी कोल्हापूरभर भटकेल. परतताना सर्वांची नजर चुकवून जुन्या वाड्यातील भवानी मंडपातील देवी भवानीचं दर्शन घ्यायला चुकणार नाही. तेथील मंडप चौकातील शाहू महाराजांच्या पूर्णाकृती पुतळ्याकडं स्वत:ला हरवून बघेल. पुजाऱ्याला बालसुलभ कुतूहलाचा सवाल टाकीत, "व्हय पुजारीबाबा, जित एवढं उंच नि धिप्पाड हुतं न्हाई शाव महाराज?" पुजारी एकदा चिलूकडं एकदा शाहू महाराजांच्या पूर्णदेही पुतळ्याकडं बघत चिलोबाच्या ज्ञानात भर घालताना म्हणेल, "जित-नित असेच हुते म्हाराज. अवो, गामा पैलवान मालिश

करायचा म्हाराजास्नी नि मग काय! दाजीपुरच्या जंगलात जित्या अस्वलासंगट झुंज घेतली व्हती म्हाराजांनी! कुंच्या गावचं म्हनायचं तुमी पावनं?"

एरवी रांगडा खडबडीत वाटणारा चिलोबा आपल्या अज्ञानावर ओशाळला की वेगळाच दिसे. हातची 'भैरवकाठी' फरशीवर ठेवून चिलोबा शाहू महाराजांना साष्टांग दंडवत घाली. काहीतरी पुटपुटे. उठून काठी घेऊन निघताना पुजाऱ्याला आपली माहिती सांगे, "आम्ही तिकडचं आजऱ्यातर्फेचं. चिलोजी मोरबळा आजरेकर म्हनत्यालं. इचलकरंजी ज्यागिरीतलं."

"तरीच!" पुजारी चिलोबाचं ध्यान बघून "ज्यागेरीतलं घाटुळं दिसतंय! कसं जाणणार!" हे तोंडातच पुटपुटे. चिलोबा नेटानं तपास करीत त्याला विचारी, "तुम्ही बघितलंय म्हाराजास्नी? सोता?"

"बघितलंय तर राव! आता तुम्हास्नी बघतोय तस्सं! या-या डोळ्यांनी."

तो कोल्हापुरी तिढा ऐकून गहिवरलेला चिलोबा पटकन वाकून त्या पुजाऱ्याच्याच पायालाही हाताची बोटं भिडवी. त्यानं दिलेलं भवानीचं तीर्थ ओठांआड करून आजरेकर मोरबळा मंदिराबाहेर पडे. त्या वेळी त्याचं घाटुळं मन भरलेलं आणि भारलेलं असे ते फक्त राजर्षी शाहू महाराजांसंबंधी विचारांनी.

चिलोबा नाईक म्हणजे रामोशी नाही. तसा मोरबळा म्हणजे कुणबीच म्हणायचा; पण पायांना भिंगरी जडवल्यागत तालुक्याच्या चौऱ्याऐंशी खेड्यापाड्यांत वेताळासारखा नुस्ता फिरत असतो. आज देवर्ड्यात तर उद्या हत्तीवड्यात. परवा गवश्यात तर तेरवा सुळेरानात. त्याच्या घरच्या कुणालाही नेमकी अटकळ म्हणून काही बांधता येणार नाही असा. गावोगावचे पट्टीचे शिकारी झाडून सारे चिलाजीचे दोस्त. त्यामुळं कुठल्याही गावाकडं जाताना चिलोबानं कधी न्याहरी, तुकड्याचं गठुडं बरोबर घेतलंय असं कधीच घडत नसे. जाता येता ओढ्यातच त्याची नुसत्या कसलेल्या लंगोटावर अंघोळ आवरली जाते. भिजका तांबडा लंगोट कणीदार पिळून चिलाजीनं त्याचं निशाण वाळवणाला म्हणून चालता-चालता झटकून माथ्याच्या आडकाठीवर टाकलेलं असतं. येणाऱ्या-जाणाऱ्या परिचितानं विचारलंच की, 'काय चिलोबा, अंघूळ झाली म्हना की?' की तोंडातल्या पानरसाची पिकं बगलेला टाकून चिलोबा बेमालूम जाब देई, 'व्हय रामूकाका, येताना यमेकोंडात डुंबलो जरा. पर तुम्ही वाढुळ केला निघायला!' जसा शिकार हा चिलूचा लाडका छंद, तसं पान जमविणं हा तर त्याचा दैवदुर्लभ आनंदच आहे. त्याच्या नेहरू शर्टाच्या उजव्या हातभर खोल खिशात चिलूची पानांची नमुनेदार चंची सदैव असते. ही चंची अख्ख्या आजऱ्यात विख्यात आहे. तिला नाजूक, किनऱ्या आवाजात 'किण किण' ताना मारणाऱ्या चांदीच्या बाळघुंगरांची 'घंटिका माला' बांधलेली असते. तिचा अविरत किणकिणाट चिलूच्या पान जमविण्याच्या वेळी झडत असतो. गाववाले तिला 'चिलूची घुंगुरवाली चंची' अशा लयबद्ध नावानंच ओळखतात.

चिलू हा असा एवढा धिप्पाड, धाडसी शिकारी पण पान नखलायला लागला की त्याची कसबी जनाना नजाकत खिळवून टाकी. पानाचा राठ देठ खुडून थोडा दातळून चिलू तो फेकून देई. मग त्याची नखं पात धरून खुरपणीला बसलेल्या कुणबी बाईसारखी आपली करामत दाखवत फिरत. पालथ्या पानाची शीर न शीर चिलोबा अशी काही एकामागून एक अलवार उकलत जाई की यंव रे यंव. पालथं पान हां हां म्हणता मऊसूत दिसू लागे. नवथर नवतीच्या पालथ्या हातासारखं!

भिवया वर चढवून त्या पालथ्या पानावर चिलूचा दमदार भरीव अंगठा चुना फासे. काताच्या खेड्यातील टोकरून जेमतेम चवीपुरताच बेतशीर खडा खुडला जाई आणि मग चिलूच्या भरगच्च पंजाची करामत सुरू होई ती सुपारी कातरताना. अशा तलम पापुद्र्यात चिलू हातची सुपारी 'करकर' असं नादब्रह्म उठवीत कातरून टाकी की पालथ्या पानावर तो ती ठेवे तेव्हा अर्धवट खडाच वाटे. पान विडा तोंडात गेला की चाखणाऱ्याला कल्पना येई- हा खडा नाही- पापुद्र्याची खडी आहे!

चिलोबाचं पान जमविणं हे मनं जमविण्यासाठीच असे. त्याच्या घुंगुरवाळ्या चंचीनं चिलूनं कैक गाववाल्यांची मनं गुंगत ठेवली. गावातील तुका न्हावी हा कमालीचा बालघेवड्या. तो जिभेच्या पायवाटेनेच ऐकणाऱ्याच्या काळजात अल्लाद उतरत असे; पण या तुकोबाची चिलोबाशी गाठ पडली की तो नांगीच टाके. चिलोबा त्याला आपल्या घुंगुरवाळीतील पान खिलवून निम्मा खिळवून ठेवी! पान तोंडात गेलं की तुकोबाची बोलती आपोआप बंद होई- चिलोबाची सुरू होई. त्या आख्यानात चिलोबा गावोगावचे तमाम न्हावी कसे एकजात बोलके आहेत. फक्त तूच तेवढा त्यातल्या त्यात कसा समजूतदार आहेस हे चिलोबा तुकोबाला रसाळपणे पटवून देई! संताचा एखादा अभंग त्याला ऐकवी.

चिलोबाचं लाखांत सहज उठून दिसावं असं एक वैशिष्ट्य होतं. त्याचा एक दात संपूर्ण सोन्यानं मढविलेला होता. ज्या गावात दातावर मारायला सोनं मिळणं मुश्कील तिथं सोन्याचा दात बाळगणारा तालेवार चिलोबा गावाला कौतुकाचा- अप्रुपाचा वाटला तर नवल नव्हतं. दाजी सोनार आणि राम कारेकर हे हाडाचे सुवर्णकार. आजरेकर चिलोबाचा उल्लेख 'सोनमुखी मोरबळा' असाच करीत.

आपल्या घुंगुरवाळ्या चंचीतून उचललेलं पान मनभरं जमवून त्याचा अटकर विडा दाढेखाली सरकविला की चिलोबाचा विडा हां म्हणता रंगून जाई. अशी कितीतरी पानं सश्याच्या रस्सारोटीवर बाबा कदमांनी चाखलीत. नागसापाची खांडोळी केलेल्या लुकलुकीत केसावळीच्या मुंगुसाचं दिसावं तसं चिलोबाचं तोंड लालचुटूक होई. मुखातील लालभडक पानरसात निथळलेला चिलूचा सोनदंत फार गमतीदार दिसे. अनेकांनी त्याला या दाताबद्दल खोदखोदून विचारलं. शिवरायांचा अस्सल जासूद खात्याचा नाईक असल्यासारखं हसून तो प्रश्नच उडवून लावत, अनेकांना उडवून लावी. कुणाला म्हणून काही थांगपत्ता

लागू दिला नाही.

चिलोबा आजरा तालुक्यातील चौऱ्याऐंशी खेड्यांच्या पंचक्रोशीत घरोघर कसा प्यारा होता याचा रोकडा दाखला देणारा, आजरेकरांनी हयातीत कधीच विसरू नये असा प्रसंग एकदा घडलाच.

त्याचं काय झालं. दर शुक्रवारी आजऱ्याच्या भवतालच्या खेड्यापाड्यातून बाजारहाटासाठी माणसांचा तांडा आजऱ्याला लोटायचा. त्यात तरण्याताट्या कुणबी बाया कुठं शेतातलं कडवाळ, एखादं करडू, लोणी, अंडी असा बारदाना विकायला आणायच्या. मिळालेल्या पै-पैशातून तेल, साखर, काड्यापेटी, अशी बयजीची बाजारहाट पाटीत घालून एकमेकींशी सुखदु:खाचं बोलत आपापलं गाव गाठायच्या.

एका शुक्रवारी असं बाजारहाटीसाठी आलेल्या मतीवड्याच्या लक्सू पाटलाच्या उफाड्याच्या गंगीची आजऱ्यातील ट्रकवर काम करणाऱ्या रमजान या एका मुसलमान पोरानं काहीतरी छेड काढली. ती पोर रडत- हमसत आपल्या जोडीदारिणींना ते आक्रित सांगू लागली. वेळ संध्याकाळची होती. संतूच्या हॉटेलाजवळ या गावरान बायांचा जथा काय-बाय फुसफुसत होता. चिलोबा नुकताच कडक चहा रिचवून संतूची चेष्टामस्करी करून हॉटेलाबाहेर पडला होता. तोंडात जमलेलं पान होतं.

हातची कडेधारी काठी जमिनीवर आपटत चिलोबानं हमसणाऱ्या गंगीला मुखरस ओठाआड सावरत रांगडं विचारलं, "क्काऽय क्काय झालं रडायाऽ?" दुसऱ्याच क्षणी सगळं पान गटारात थुंकत त्यानं चाचपलं, "अगं, रडतियास काय? थोबाड हाय न्हवं? बोल की क्काय झालं?" चिलोबाचा अवतार बघून बिचारी गंगी हादरलीच. रडं थांबवून नुस्ती थरथरत राहिली. तिच्या मैतरणींनीच मग एक एक वाक्य उच्चारत झाला करिना चिलोबाच्या कानी घातला. झालं! चिलोबा अंगभर संतापानं थरारून उठला.

"चल दाव मला कंचं पोरगं त्ये!" त्यानं गंगीला संगं घेऊन उभी बाजारपेठ धांडोळली. एव्हाना चांगलंच अंधारून आलं होतं. बाजारकरी एक एक करत आपापल्या गावी परतले होते. गंगीही मैतरणींसह मतीवड्याला परतली होती. तिचा बाप लक्सू पाटील गावचा तालेवार माणूस.

दुसरा शनिवारचा दिवस उजाडला. दिवस कासऱ्यानं वर चढत आला. दुपारचा बाराचा ठणका तोंडावर आला आणि उभा आजरा गाव हादरून जावा अशा घोषणांच्या वळीव सरी थडथडत गावाला घेरून टाकत दक्षिणेच्या चित्रानदीच्या पुलाकडून येऊन गावावर आदळल्या.

'न्याय द्या- न्याय द्या- मामलेदार, फौजदार न्याय द्या!'

नही चलेगी नही चलेगी
मोगलाई नही चलेगी!'

ते आजऱ्याच्या पंचक्रोशीतले शेतात दिवसरात्र खपणारे हजारो लहानथोर शेतकरी

स्त्री-पुरुष होते!

रात्रभर डोळ्याला डोळा न लागलेल्या चिलोबा मोरबाळ्यानं मतीवडं धरून परिसरातला घरोघरचा माणून रामदासी भ्रमंती करून अन्याय, जुलमाविरुद्ध पेटवून पहाटे पहाटे खडबडून जागवून एकमेकानं आणला होता.

कुठल्या भाषेत आणि कुठल्या बळावर चिलोबानं त्यानं लढायला उठतं केलं होतं एक जगदंबाच जाणे! कचेरीसमोर प्रत्यक्ष फौजदाराला चिलोबानं खड्या, रोकड्या मावळबोलीत ठणकावलं, ''कुठल्या मादरचोदानं आगळीक केलीय. आत्ताच्या आत्ता तलाश लावा. न्हाईतर माजी मान्सं उभं आजरं जाळावर घालतील!''

ते ऐकून फौजदार हादरले. अगोदरच सरकारदरबारी आजरा मालेगावसारखं ब्लॅक यादीतलं! एव्हाना उभा गाव कचेरीसमोरच्या उघड्या पटांगणात गोळा झालेला.

पानपतावर सदाशिव भाऊ सेनेची देखरेख करीत भिरभिरला असेल तसा चिलोबा कधी कचेरीत कधी बाहेरच्या माणूसमेळ्यात असा भिरभिरू लागला. गावच्या तोंडाचं 'पुढं काय होणार, गावात जातीय दंगल पेटणार काय?' या भयंकेनं पाणीच पळालं.

कुणी तत्परतेनं कोल्हापूरला डी. एस. पीं.ना तार केली, उभा गाव ताणावर पडला.

चिलोबा अंगात संचार झाल्यासारखा एकच रामठेका लावून हट्टाला पेटला होता. 'आमच्या आय भैनी काय माळावर पडल्यात? पोरगं दावा. न्हाईतर त्या समाजाच्या म्होरक्याला घ्या बोलवून. आम्हास्नी सोडा. आमी बघतावं काय करायचं ते! आता हिंदू-मुस्लीम दोन्ही समाजातील तालेवार पुढं झाले. हात जोडून चिलोबाला विनवू लागले, ''चिलोबा... नाईक शांत व्हा. असा वेडाचार करू नका. तुम्ही चला तुमच्या मसोलीच्या रानात सोडतो.'' कशाचा काही परिणाम चिलोबावर होत नव्हता.

जेवणाची वेळ टळून गेली. ताणतणाव तसाच होता. तोड निघत नव्हती. मध्येच हॉटेलवाला संतू तेवढा कसबानं चिलोबाला २/३ वेळा चहा तेवढा काय ते पाजून गेला. चिलू कोणत्या क्षणी लक्सू पाटलाच्या हाती पेटती मशाल देईल सांगता येत नव्हतं. फौजदार शिंदे फोनची डायल फिरवून, फिरवून थकले होते. दोन्ही हातात डोकं धरून ठाणे अंमलदार आळवेकरला कायबाय सांगून पुन्हा पुन्हा चिलोबाकडं पिटाळत होते.

संध्याकाळचे चार वाजायला आले आणि गावच्या पूर्वेकडून व्हिक्टोरिया पूल पार करून हिरण्यकेशी नदी ओलांडून डी. एस. पीं. ची गाडी सायरनचा कर्कश भोंगा घुमवीत गावात घुसली.

डी. एस. पी. नव्या दमाचे, तरणेबांड होते. त्यांनी येतानाच गावची बित्तंबातमी घेतली होती. ते जीपमधून उतरले ते थेट चिलोबांकडंच गेले! फार पूर्वीची ओळख असल्यासारखे म्हणाले, ''चिलूभाऊऽ! कशाला तंगत बसलाय इथं. मला तुमच्या मित्रांनी बाबा कदमांनी सगळं सांगितलंय! ते पुढं गेलेत मसोलीला! चला आपण जाऊ

या तिकडंच! एक तासात गुन्हेगार हजर होईल तुमच्यासमोर! काय करायचं त्याचं ते आपण ठरवू. या तंगलेल्या माणसांना जाऊ द्या आता गावाकडं! कसं?' आय. पी. एस. ची परीक्षा गुणवत्तेनं पास झालेल्या साहेबानं चिलोबाच्या काळजालाच हात घातला!

चिलोबाला असं काही समोर येईल याचं भान नव्हतं. एवढ्या धीराचा नि काळजाचा चिलोबा पण पाऽर येलबडला. आपसूक चालत सायबामागून जीपमध्ये बसला! जाताना त्यानं 'उठवून' आणलेल्या लोकांना परत गावाला जायला सांगितलं. त्यांनीही कळसुत्री बाहुल्यासारखं ते चुपचाप ऐकलं!

दंगलीच्या खाईत पडू घातलेलं गाव बचावलं. देखण्या, दमदार डी.एस. पीं. नी चिलोबाची मसोलीच्या रानात कशी समजूत घातली ते उभ्या आजऱ्याला कधीच नाही समजलं. एक गोष्ट सत्य होती त्या दिवशी बाबा कदम आजऱ्याला किंवा मसोलीला मुळी आलेच नव्हते!

झाल्या किश्श्यामुळं चिलोबांची गावातली 'वट' मात्र वाढली! डी. एस. पी. नं म्हटलं म्हणून उभं आजरा गाव अन् पंचक्रोशी आता चिलू मोरबळ्याला आदरानं 'नाईक' म्हणून लागली! गावात होळी सणाला, सीमोल्लंघनाला नाईकाला गावकरी 'नायकाचा' मान देऊ लागले.

हे 'नाईकपण' इतमामानं भोगत चिलू मोरबळा तालेवारीत पुढं बरीच वर्षं जगला. 'Abu ben adham' या गाजलेल्या इंग्लिश कवितेप्रमाणं चिलू नायकाची Tribe चांगलीच वाढली. पणतवंडाचं तोंड बघून भरून पावलेला माझा चिलू मोरबळा गुदस्ता-गुदरला. बिरोबाला प्रिय झाला. जाताना त्यानं आपल्या वडीलधाऱ्या पुत्राला जवळ बोलावून काहीतरी कानमंत्र दिला. हा मुलगा म्हणजे खंडोबा.

काय सांगितलं चिलोबानं आपल्या थोरल्या मुलाला? तर त्यानं खंडोबाला एकच कानमंत्र दिला-

"पोराऽ! माझ्यानंतर माझ्या दिवसकार्यापायी कुणाम्होरं हात पसरू नगंस. माझा सोन्याचा दात यासाठीच मी मढवून घेतलाय. त्यो मोडून त्यातनं हा खर्च भागवा!"

खंडोबानं बापाचं हे ऐकून तेवढं घेतलं. करताना करावंसं तेच केलं. त्यानं गुदरलेल्या बापाचं सोनदंत आठवण म्हणून तसाच ठेवला. मात्र करायचे ते सर्व विधी समंत्र केले. 'चिलू बोरबळा' हा माझ्या गावचा मला शिवरायांच्या जासूद खात्याचा सदैव 'नाईक' वाटलेला असामी शेवटपर्यंत नाईकासारखाच वागला. सच्चा जासूदासारखा 'सोनदात' का बसवून घेतलाय याचा सासूद मला काय शेवटपर्यंत कुणालाच लागू दिला नाही त्यानं!

■